ग्रंथालय संघटन

दिलीपराज प्रकाशन प्रा.लि.™

२५१ क, शनिवार पेठ, पुणे - ४११०३०.

दिलीपराज प्रकाशनाची सर्व पुस्तके आता आपण **Online** खरेदी करू शकता.
आमच्या **Website** ला कृपया एकदा अवश्य भेट द्या. अथवा **Email** करा.
Email - diliprajprakashan@yahoo.in
www.diliprajprakashan.in

ग्रंथालय संघटन

डॉ. प्रा. रामेश्वर पवार

(M.Lib.sci, M.Com, M.Phil, Ph.D)

TM
दिलीपराज प्रकाशन प्रा. लि.
२५१ क, शनिवार पेठ, पुणे - ४११ ०३०.

ग्रंथालय संघटन
Granthalay Sanghatan

ISBN : 978 - 93 - 5117 - 04 0 - 2

प्रकाशक । राजीव दत्तात्रय बर्वे । मॅनेजिंग डायरेक्टर ।
दिलीपराज प्रकाशन प्रा. लि.। २५१ क, शनिवार पेठ ।
पुणे ४११०३०.
दूरध्वनी क्रमांक (फॅक्ससहित)
२४४७१७२३ । २४४८३९९५ । २४४९५३१४

ग्रंथपाल श्री गुरुबुद्धी स्वामी
महाविद्यालय पुरणा-तालुका
जि. परभणी

मुद्रक
Repro India Ltd, Mumbai.

प्रथमावृत्ती । १५ मार्च २०१५

प्रकाशन क्रमांक । २२०२

अक्षरजुळणी
सौ. मधुमिता राजीव बर्वे ।
पितृछाया मुद्रणालय ।
९०९, रविवार पेठ । पुणे ४११००२.

मुद्रितशोधन । एस. एम. जोशी

मुखपृष्ठ । सागर नेने

मनोगत _____

    ग्रंथालय संघटन या पुस्तकाची तृतीय पुनरावृत्ती प्रकाशित होत आहे. ग्रंथालय संघटन पुस्तक लिहिण्यामागे मुळात प्रेरणा मिळाली, ती मी मागील २५ वर्षांपासून हा विषय ग्रंथपालन वर्गास शिकवीत असताना या विषयाची पुस्तके दुर्मिळ होत असल्याचे जाणवले, तेव्हा. महाराष्ट्र शासनाच्या ग्रंथपालन वर्गाच्या ग्रंथालय संघटन या विषयाबरोबरच स्वामी रामानंदतीर्थ मराठवाडा विद्यापीठ– नांदेडच्या बी. ए. प्रथम वर्षाच्या ग्रंथालय संघटन या विषयासाठी हे पुस्तक उपयुक्त आहे. प्रस्तुत पुस्तकाबाबत काही सूचना व शिफारशी असल्यास त्या जरूर कळवाव्यात.

- डॉ. प्रा. रामेश्वर सूर्यभानजी पवार

अनुक्रमणिका

१. ग्रंथालय संघटन

१) ग्रंथालय म्हणजे काय? ग्रंथालयाची उद्दिष्टे व कार्ये :

'संघटन' या शब्दाचा अर्थ रचना किंवा पद्धत असून ग्रंथालय ही संस्था समाजाला सेवा देण्याच्या हेतूने सेवा कार्य करणारी समाजाभिमुख संस्था असा अर्थ होतो.

व्याख्या

निवडक वाचन साहित्य, ग्रंथ, दृकश्राव्य साहित्य, संग्रह केलेल्या ठिकाणास 'ग्रंथालय' असे म्हणतात.

'ग्रंथालय', म्हणजे अशी वास्तू की, ज्या ठिकाणी वाचन साहित्य संग्रह–यामध्ये ग्रंथ व ग्रंथेतर साहित्य आणि दृकश्राव्य साधने-वाचकांच्या जास्तीत जास्त उपयोगासाठी तंत्रशुद्ध पद्धतीने मांडलेली अथवा ठेवलेली असतात.

ग्रंथालय हे चार घटकांवर अवलंबून आहे. यात ग्रंथ, वाचक, ग्रंथपाल आणि इमारत. यातला एखादा घटक जरी नसला, तरी त्याला अर्थ प्राप्त होत नाही. प्राचीन ग्रंथ पपायरस व चामडे, झाडाची पाने, साल यावर लिहीत असत. पंधराव्या शतकात मुद्रणशोधानंतर मुद्रित ग्रंथांची भर पडली. कागदपत्रे, नकाशे, छायाचित्रे, अहवाल, प्रबंध, ध्वनिमुद्रित इत्यादी प्रकारचे दृकश्राव्य ज्ञानसाहित्य संग्रहित केले गेले.

शैक्षणिक ग्रंथालयात फक्त प्रवेश घेतलेल्या विद्यार्थ्यांना व त्या संस्थेतील कर्मचाऱ्यांना वाचन साहित्य उपलब्ध होते. सार्वजनिक ग्रंथालयात मात्र सर्व प्रकारच्या वाचकांना कोणताही भेदभाव न करता स्त्री, पुरुष, बालक, युवक, प्रौढ, साक्षर, नवसाक्षर इत्यादी वाचकांना विनामूल्य व मुक्तद्वारपणे वाचनीय साहित्याचा लाभ घेता येतो.

ग्रंथालयाचे महत्त्व व उद्देश :

१) ग्रंथालय आणि समाज :

एकविसाव्या शतकातील ग्रंथालय व समाज बदलत चालला आहे. माहितीचे मोठे महत्त्व प्राप्त होत आहे. जगातील ग्रंथालयातील पुस्तक इंटरनेटच्या माध्यमातून घरबसल्या पाहायला मिळते. वाचक ग्रंथालयात आल्यावर त्याला पाहिजे असलेला ग्रंथ मिळाला नाही, तर तो पुन्हा ग्रंथालयाकडे फारसा वळणार नाही, तो घरबसल्या माहिती घेऊ शकतो. अनेक विद्यापीठांतर्गत इन्फ्लीब्नेट डाटा बेस तयार केला जात आहे. तो इतरांसाठी उपयोगी पडतो. विद्यापीठाला संगणकाच्या इंटरनेट माध्यमातून आपल्या ग्रंथालयात इतर ग्रंथांची माहिती घेता येते. ती वाचकांना रोज उपलब्ध होऊ शकते.

ग्रंथालयाने वाचकांना ताजी माहिती तत्काळ दिली पाहिजे. अलीकडे डिजिटल ग्रंथालयाची संकल्पना अस्तित्वात येत आहे. त्यामुळे ग्रंथालयांनी वाचकांना हवी ती माहिती उपलब्ध करून दिलीच पाहिजे. अन्यथा ग्रंथालयाकडे हळूहळू वाचक येणे बंद होईल.

२) ग्रंथालय आणि शिक्षण :

शिक्षण हे दोन प्रकारचे दिले जाते. औपचारिक शिक्षण व अनौपचारिक शिक्षण. वर्गात दिले जाणारे शिक्षण हे औपचारिक असते व पत्रव्यवहार अथवा दूरशिक्षण-दृकश्राव्य या माध्यमातून मिळणारे शिक्षण हे अनौपचारिक असते. ग्रंथालयातर्फे राबविण्यात येणाऱ्या विविध सांस्कृतिक कार्यक्रमांतून, व्याख्यानांमधून वाचकांना, निरीक्षकांनासुद्धा अनौपचारिकतेच्या माध्यमातून आज शिक्षण मिळू शकते. मानवाचा सर्वांगीण बौद्धिक विकास साधणे हे ग्रंथालयाचे कार्य आहे. तसेच शिक्षण देणे यामध्ये ज्ञान देणे, कौशल्य विकसित करणे, मूल्य जोपासणे इत्यादी गोष्टी अंर्तभूत होतात. आपल्याला शिक्षण शैक्षणिक ग्रंथालयातून, शाळेतून मिळत असते. विद्यार्थ्यांचा सर्वांगीण बौद्धिक विकास साधणे हे शाळेचे काम असते. परंतु अनौपचारिक शिक्षणात शिक्षक मार्गदर्शनासाठी नसतो. स्वत:च ते शिक्षण घ्यावे लागते. ज्या वाचकांना, शैक्षणिक ग्रंथालये- शाळेत शिक्षण घेता येत नाही, अशा वाचकांना सार्वजनिक ग्रंथालयातून वाचनीय साहित्य व सांस्कृतिक कार्यक्रमाच्या विविध उपक्रमांच्या माध्यमातून शिक्षण घेता येते.

३) संशोधन आणि ग्रंथालय

विज्ञान, तंत्रज्ञान, सामाजिक शास्त्रे, अर्थशास्त्रीय संशोधन संस्था, विद्यापीठे याद्वारे संशोधन चालत असते. यात प्रगत संशोधन संस्था काम करीत असतात.

त्यांच्या ग्रंथालयामध्ये प्रगत ग्रंथ, नियतकालिके, वाचनीय साहित्य, बांधीव खंड, प्रबंध असतात; तसेच आजच्या तंत्रज्ञानाच्या व इंटरनेटच्या माध्यमातून जगातील ताजी माहिती, आकडेवारी संशोधकांना तत्काळ पुरवली जाते. त्यामुळे ज्ञानार्जन होऊन आर्थिक प्रगती होते. त्यामुळे विद्यार्थ्यांना व देशाला इतर जगाशी स्पर्धा करता येते.

जिज्ञासा अथवा ज्ञान संपादन करणे ही माणसाची एक मूलभूत प्रवृत्ती आहे. त्यासाठी तो आपल्या ज्ञानोपासनेचा उपयोग करीत असतो. भोवतालच्या जीवनाचे अवलोकन करून व त्यापासून विविध प्रकारचे अनुभव घेत असतो. शास्त्र ही एक पद्धती आहे. शास्त्रीय पद्धतीचा अवलंब करून जे ज्ञान मिळवले जाते ते शास्त्रशुद्ध व सुसंबद्ध असते.

४) सांस्कृतिक कामे आणि ग्रंथालये :

ग्रंथ आणि इतर ज्ञान, साहित्याचे जतन व संरक्षण, स्थानिक गरजा, सांस्कृतिक उपक्रम इत्यादी कार्ये ग्रंथालये करीत असतात. ज्ञान, संग्रह, जतन केलेले साहित्य एका पिढीपासून दुसऱ्या पिढीला देण्याचे कार्य ग्रंथालये करतात. ग्रंथालय हे एक असे स्थळ आहे की, जिथे वेगवेगळ्या प्रकारच्या उपक्रमाच्या माध्यमांतून राष्ट्रीय सण, उत्सव, राष्ट्रीय नेत्यांच्या जयंत्या, पुण्यतिथ्या, भजन, कीर्तन, प्रवचन, व्याख्यान, स्पर्धा इत्यादी माध्यमांतून सांस्कृतिक कार्यक्रमांतून ग्रंथालयाची प्रतिमा उज्ज्वल करता येते. या माध्यमातून ग्रंथालये समाजाच्या जवळ जातात व वाचक ग्रंथालयाकडे या माध्यमातून वळतो; तसेच ग्रंथालयात वाचकसंख्या वाढण्यास मदत होते. ग्रामीण भागातील सार्वजनिक ग्रंथालयाच्या माध्यामातून गरीब व होतकरू वाचकांचा विकास होण्यास निश्चितच मदत होते.

५) ग्रंथालय हे माहिती केंद्र आहे :

ग्रंथालयामध्ये सर्व प्रकारचे ग्रंथ असणे आवश्यक असते. या वाचनीय साहित्यात ग्रंथालयाच्या प्रकारानुसार व वाचकांच्या मागणीनुसार निवडक व दर्जेदार ग्रंथ घेतले जातात. म्हणून ग्रंथालयाची भूमिका ज्ञानमंदिर, माहिती केंद्र म्हणून मोठी आहे.

आजच्या माहितीच्या युगात वेगवेगळ्या विषयावरील माहिती संकलित करून वाचकांना तत्काळ देण्याचे काम ग्रंथालयावर आलेले आहे. एखाद्या ग्रामीण भागातील वाचकाने शेतीविषयक सर्व प्रकारची आधुनिक तंत्रज्ञानयुक्त माहिती विचारल्यास ती माहिती देण्याचे काम ग्रंथालयाचे आहे. एखाद्या विषयावरील संशोधकांना ताजी आकडेवारी अथवा त्या विषयावर आजवर झालेल्या संशोधनाची सूची पाहिजे

असल्यास किंवा त्या विषयावर उपलब्ध असलेले साहित्य, माहिती मागितल्यास तत्काळ ग्रंथालयाने दिली पाहिजे किंवा एखाद्या वाचकाने शहरातील रेल्वेचे वेळापत्रक, हॉटेलचे पत्ते इत्यादी माहिती विचारल्यास वाचकांना देणे आवश्यक आहे.

६) आध्यात्मिक गरजा पुरविणारी संस्था :

शहरी व ग्रामीण भागातील वाचक व समाजात आजही धार्मिक व आध्यात्मिक ग्रंथ जगामध्ये ग्रंथालयातून आणून मोठ्या प्रमाणात वाचले जातात. आपल्याकडे धार्मिक ग्रंथ वंदनीय असून त्याची पूजा केली जाते. कोर्टात ग्रंथावर हात ठेवून शपथ घेतली जाते. या धार्मिक ग्रंथात प्रामुख्याने ज्ञानेश्वरी, गीता, हरिविजय, महाभारत, रामायण, पांडवप्रताप इत्यादी होत. ग्रामीण भागात सामूहिक वाचन, पारायणे, कोड, भागवत, कीर्तने, प्रवचने इत्यादी माध्यमांतून ग्रंथांचे वाचन मोठ्या प्रमाणात केले जाते. यातून समाजातील निरक्षरापासून सर्व स्तरांतील नागरिकांना ज्ञानप्राप्ती होते. यातून समाजप्रबोधन होते व समाजाचा विकास होण्यास मदत होते.

७) फावल्या वेळेचा उपयोग :

मनोरंजन करणे तसेच फावल्या वेळेचा उपयोग करण्याचे महत्त्वाचे साधन ग्रंथ हेच असतात. ते वाचनीय साहित्य आहे. ग्रामीण भागात मनोरंजनासाठी ग्रंथ, मासिके, सन्मानपत्रे, विविध, उपक्रमांच्या माध्यमातून फावल्या वेळेचा सदुपयोग ग्रंथालयात होतो. फावल्या वेळात ग्रंथ हाच गुरू असतो.

८) ग्रंथालय आणि साक्षरता :

कोणत्याही देशाचा विकास पाहताना त्या देशातील साक्षरतेचे प्रमाण किती आहे, हा एक निकष लावला जातो व त्यानुसार अर्थपुरवठा केला जातो. ज्या देशात निरक्षर जास्त तो देश मागासलेला समजला जातो. ग्रंथालयाच्या माध्यमातून साक्षरतेचे वर्ग चालविले जातात व नवसाक्षर झालेले वाचक पुन्हा निरक्षर होऊ नयेत म्हणून ग्रंथ व वाचनीय साहित्य त्यांना उपलब्ध करून दिले जाते. यासाठी शासनाच्या प्रौढ शिक्षण विभागासाठी प्रयत्न केले जातात. यामध्ये निलायम ग्रंथालय केंद्रे स्थापन केली आहेत.

९) ग्रंथालय, जात, धर्म व वय :

ग्रंथालय हे असे पवित्र मंदिर आहे की, ज्या ठिकाणी वाचकाचे वय, जात, धर्म, पंथ, लिंग लक्षात न घेता सरळ प्रवेश दिला जातो. ग्रंथाद्वारे नि:पक्षपणे व नम्रभावे सेवा दिली जाते. प्रामुख्याने सार्वजनिक ग्रंथालयात या सेवा दिल्या जातात.

१०) ग्रंथालय आणि विज्ञान व तंत्रज्ञान :

आजच्या विज्ञान व तंत्रज्ञानाच्या युगात ग्रंथालये प्रगतीवर कार्यरत आहेत.

वाचकांना इंटरनेटच्या माध्यमातून हवी ती माहिती तत्काळ पुरविण्यात येते. ग्रंथालयात कोणत्या विषयाचे, लेखकाचे किती ग्रंथ आहेत हे तत्काळ समजते. वाचकांना व संशोधकांना याचा फार मोठ्या प्रमाणात वाचनीय साहित्य म्हणून उपयोग होतो.

११) ग्रंथालय व सर्वांगीण विकास :

ग्रंथालयात वेगवेगळ्या विषयाचे वाचनीय साहित्य असते. या साहित्यातून बौद्धिक, आर्थिक, सामाजिक, राजकीय, धार्मिक विकास करून घेता येतो. वाचकांचा (मानवाचा) विकास म्हणजेच त्या गावाचा विकास, पर्यायाने देशाचा विकास होय.

१२) बदलत्या समाजात ग्रंथालयाचे महत्त्व

माहितीच्या विस्फोटाच्या युगात दरवर्षी हजारो नवीन ग्रंथ प्रकाशित होत आहेत. सर्व साहित्य एकत्रित मिळणे अवघड असते. म्हणून संयुक्त तालिकेने एकत्रित मागणी करणे जरुरीचे असते. त्यामुळे विविध वाचन साहित्य संग्रहित करता येते. आज समाज, देश व जगात बदल होत आहेत. आजच्या समाजाला 'इन्फर्मेशन सोसायटी' असे म्हटले जाते. आज ग्रंथालये संगणकीकृत होत आहेत.

स्पर्धेच्या युगात युवकांना ताजी माहिती मिळत आहे. त्यामुळे ग्रंथालयाचे महत्त्व वाढले आहे. अनंत नोंदीची साठवण संगणकाच्या साहाय्याने करता येते. त्या वेळेस ज्ञानाच्या माध्यमातून हवी ती माहिती जागेवर मिळते. सी. डी. रोम सारखी संशोधन फॅक्स सेवाच्या माध्यमातून जगाच्या कानाकोपऱ्यांतून माहिती उपलब्ध होऊ शकते. त्यामुळे ग्रंथालयाच्या कार्याच्या कक्षा रुंदावल्या आहेत. त्याच्या आधारे विविध माहिती सेवा आणि पद्धती विकसित होत आहेत.

ग्रंथालयाची कामे :

१) शैक्षणिक कामे :

समाजातील सर्व स्तरांतील विद्यार्थ्यांना ज्ञान प्राप्त करून घेण्यासाठी ज्ञानसाहित्य उपलब्ध करून देणे.

२) संशोधनात्मक कार्य :

प्रत्येक विषयावर अद्ययावत ताजी, संख्यात्मक ज्ञानसाहित्य संग्रहित करणे.

३) राजकीय कामे :

समाजातील शेवटच्या माणसाला सर्व प्रकारची सर्व स्तरांवरील माहिती, उपलब्ध करून देणे.

४) औद्योगिक कामे :

उत्पादनक्षमता वाढविण्यासाठी आवश्यक ती माहिती गोळा करणे व जगातील बाजाराचे दररोजचे दर संग्रहित करणे व समाजातील शेतकरी, तंत्रज्ञ यांना पुरविणे.

५) सांस्कृतिक कार्य :

स्थानिक सांस्कृतिक चालीरीती, रूढी यांची माहिती संकलित करून जतन करून भावी पिढीसाठी संग्रहित करून ठेवणे व उपलब्ध करून देणे.

ग्रंथालयाच्या माध्यमातून मानवाचा सर्वांगीण विकास होऊ शकतो. ग्रंथालय हे त्या शैक्षणिक संस्थेचा आत्मा असतो. तसेच खेड्यातील सार्वजनिक ग्रंथालये हे त्या गावातील भूषण असते. ग्रंथालयाच्या सहवासातून भावी आयुष्य आजचा युवक घडवू शकतो, स्पर्धेच्या युगात टिकून राहू शकतो. विविध माहितीच्या माध्यमातून स्वतःचा विकास करू शकतो. साक्षर झालेला नागरिक त्याला वाचनीय साहित्य उपलब्ध न झाल्यास पुन्हा तो निरक्षर होऊ नये म्हणून साक्षरता टिकून ठेवण्याचे कार्य ग्रंथालये करतात. संशोधकांना मोठ्या प्रमाणात साहाय्य केवळ ग्रंथालयच करू शकतात. म्हणून ग्रंथालयाचे महत्त्व अनन्यसाधारण आहे.

२. ग्रंथालयाची पाच सूत्रे, सिद्धान्त तत्त्वे

डॉ. एस. आर. रंगनाथन यांनी ग्रंथालयशास्त्राची पाच सूत्रे 'फाईव्ह लॉ ऑफ लायब्ररी सायन्स' या ग्रंथात १९३१ साली प्रसिद्ध केले. सुज्ञ वाचक हा केंद्रबिंदू मानून जास्तीत जास्त ग्रंथाचा उपयोग कसा होईल, याचे मार्गदर्शन करतात.

ज्ञान प्राप्त करून घेण्याची तृष्णा ही मनुष्याप्राण्यामध्ये प्राचीन काळापासून आहे. मानवासाठी ज्या ज्या मार्गाने ज्ञान मिळू शकते त्या सर्व मार्गांनी ते ज्ञान प्राप्त करून घेऊन आपले जीवन विकसित व समृद्ध करण्याचा प्रयत्न केला आहे. जगामध्ये अनेक विषयांचा उदय व विकास झालेला आहे. कोणत्याही विषयाचा अभ्यास करताना त्या विषयाचे शास्त्र जाणून घेतले पाहिजे. ग्रंथालयशास्त्र हे नव्याने उदयाला आलेले शास्त्र आहे. या शास्त्राचा विकास पाश्चिमात्य देशात झालेला आहे. भारतात हळूहळू या शास्त्राचा विकास होत गेला. भारतात शास्त्र म्हणून डॉ. रंगनाथन यांनी प्रथम उल्लेख केला.

कोणत्याही शास्त्राला मूलभूत असे सिद्धान्त असतात. त्या सिद्धान्तावर त्या विषयाची उभारणी केली जाते. त्याचप्रमाणे ग्रंथालयशास्त्राचे मूलभूत सिद्धान्त आहेत त्यावर ग्रंथालय शास्त्राची उभारणी झालेली आहे. डॉ. रंगनाथन यांनी पाच सिद्धान्त मांडले त्यावेळी ते मद्रास विद्यापीठाचे ग्रंथपाल होते. चिदंबरम येथे झालेल्या राज्यस्तरीय शैक्षणिक परिषदेत त्यांनी आपले विचार मांडले ते ग्रंथालयशास्त्रात मुद्रिष्ठीत झाले. ते खालीलप्रमाणे आहेत :

ग्रंथालयाची पाच सूत्रे / सिद्धान्त

१) ग्रंथ हे उपयोगासाठी आहेत.

२) प्रत्येक वाचकास हवा असलेला ग्रंथ मिळाला पाहिजे.

३) प्रत्येक ग्रंथाला वाचक मिळाला पाहिजे.

४) वाचकाचा वेळ वाचवला पाहिजे.

५) ग्रंथालय ही वर्धिष्णू संस्था आहे.

वरील सिद्धान्ताचे स्पष्टीकरण खालीलप्रमाणे आहे. वरील पाचही सूत्रे सद्य:परिस्थितीवर आधारलेली आहेत.

ग्रंथ हे उपयोगासाठी आहेत हे सत्य कोणीही नाकारू शकत नाही. पण ग्रंथालयाचा इतिहास पाहता असे दिसून येते की, प्राचीन काळी ग्रंथ ही शोभेची वस्तू होती, त्याचे संरक्षण हेच महत्त्वाचे उद्दिष्ट होते. ते साखळीला बांधून ठेवले जात असत. त्यावेळचा ग्रंथपाल हा ग्रंथांचे संरक्षण करीत असे. पूर्वीच्या काळी ग्रंथनिर्मिती ही आजच्याप्रमाणे सोपी नव्हती. पुरू म्हणजे मातीच्या विटा, ताडाची किंवा कमळाची पाने किंवा तत्सम पृष्ठावर कोरलेली असत. साहजिकच ते जपून ठेवले जात असत. त्याचा उपयोग विशिष्ट व्यक्तींसाठीच होत असे. त्याकाळी ज्ञान विशिष्ट समाजाची मक्तेदारी होती. त्यामुळे त्याचा संग्रह वंशपरंपरागत होता. हस्तलिखित ग्रंथ लिहिण्यास अनेक वर्षे लागत असत. परंतु मुद्रणकलेचा शोध १४५५ साली लागला. तेव्हापासून हे काम त्वरित होऊ लागले. एखाद्या पुस्तकाच्या अनेक प्रती छापण्याची कला अस्तित्वात आली. ब्रिटिशांच्या आगमनामुळे भारतात नवीन ज्ञान, आधुनिक प्रगत विचारसरणीचा प्रारंभ झाला. नवीन शाळा, महाविद्यालये, विद्यापीठे निघून ज्ञानाचे दरवाजे बहुजनसमाजासाठी खुले झाले. त्यामुळे ग्रंथ व त्यांचा उपयोग वाढू लागला. ग्रंथांचा कपाटात ठेवण्याचा काळ संपून तो मुक्तपणे वाचकांना हाताळण्याचा काळ आला.

ग्रंथ हे उपयोगासाठी असतात या सूत्राचे उपयोजन ग्रंथालयात कशा प्रकारे केले जाते. ते पाहू.

१) ग्रंथालयाची रचना :

ग्रंथालयाची जागा निश्चित करताना हा नियम लक्षात घ्यावा लागतो. ग्रंथालयाची जागा ही सर्व वाचकांच्या सोयीची असावी म्हणजेच ती शहराच्या मध्यवर्ती ठिकाणी असावी, जर सार्वजनिक ग्रंथालय असेल, तर गावाच्या भाजी मार्केटमध्ये, मंगलकार्याजवळ नसावे; वाचकांना शांत वातावरण असावे, महाविद्यालय व विद्यापीठ ग्रंथालय सर्व विभागांच्या सोयीसाठी जवळ असावे. वाचकांच्या सोयीनुसार शहराच्या मध्यभागी ग्रंथालय असावे.

२) ग्रंथालयाच्या वेळा :

ज्याप्रमाणे ग्रंथालयाच्या जागेविषयी भान असावे, त्याचप्रमाणे ग्रंथालयाच्या वेळेविषयीसुद्धा भान असणे, जरुरीचे असते. वाचकांसाठी सोयीस्कर अशी वेळ ग्रंथालयाची असली पाहिजे; कार्यालयीन काम करून व्यक्तीसाठी सकाळ व सायंकाळी

ग्रंथालये उघडली पाहिजेत. तसेच शाळा, महाविद्यालयीन वेळेतसुद्धा ग्रंथालय उघडे असावे. वाचनकक्ष रात्री ९ पर्यंत उघडे असावे. उदाहरणार्थ अलिगड मुस्लिम विद्यापीठाचे ग्रंथालय २४ तास उघडे असते. जास्त वेळ ग्रंथालय उघडे ठेवल्यास वाचकांना इच्छा होईल त्यावेळी ग्रंथालयाचा उपयोग होतो. त्यामुळे ग्रंथालयाकडे निश्चितच वाचकसंख्या वाढेल. कामगारांसाठीचे ग्रंथालय साधारणपणे गिरणी, उद्योग वेळाच्या इतर वेळात उघडे असावे. सार्वजनिक ग्रंथालय जास्त प्रमाणात ग्रामीण भागात असल्यास सकाळी व सायंकाळी उघडे असावे.

३)ग्रंथालय फर्निचर व इमारत

ज्याप्रमाणे ग्रंथालयाची जागा, वेळा वाचकांच्या सोयीनुसार ठरविल्या जातात. त्याचप्रमाणे ग्रंथालयामध्ये लागणाऱ्या फर्निचरची खरेदी करावी लागते.

ग्रंथालयातील फर्निचरमध्ये कपाटे, खुर्च्या, टेबल, रॅक, बुककेस, ग्रंथ स्टँड, कॅटलॉगीन, कॅबिनेट नियतकालिके व वर्तमानपत्रे स्टँड, नोटीस बोर्ड, संगणक खुर्चीच्या पायाखाली रबरी बूच असते, कारण खुर्ची सरकतेवेळी आवाज येणार नाही. ग्रंथकपाटाची उंची ६ ते ६.५ फूट असावी. कपाटातील दोन रांगेतील अंतर साधारपणे ३.५ ते ६ फूटापर्यंत असावे. जेणेकरून दोन्ही कपाटातील ग्रंथ वाचकांना शोधता येईल. वाचक कक्षातील ट्यूबचा प्रकाश वाचकांच्या डोळ्यावर येणार नाही याची दक्षता घ्यावी.

ग्रंथालयाची इमारत देखणी, सुंदर, ऐसपैस असावी; तसेच इमारत वाढ करण्यासाठी भविष्यात योजना असल्यास त्यानुसार बांधकाम करावे. ग्रंथालयाच्या इमारतीत धूळ येणार नाही, अशी व्यवस्था असावी. भरपूर सूर्यप्रकाशासाठी मोठमोठ्या खिडक्या असाव्यात, भिंतीवरील रंग भडक असू नयेत. इमारत प्रशस्त असावी अनेक वाचकांना मोकळेपणाने वावरता येणारे ग्रंथालयाच्या गरजेनुसार बांधकाम असावे.

४) सेवक वर्ग :

ग्रंथालयातील कर्मचारीवर्ग सुशिक्षित असावा विशेषत: तो प्रशिक्षित असावा म्हणजे कामाच्या पदाच्या पात्रतेनुसार त्याची गुणवत्ता असावी. ग्रंथालयातील ग्रंथ-वाचक यांना जोडणारा दुवा म्हणजे ग्रंथपाल आहे. म्हणून ग्रंथालय शास्त्रानुसार तो पदव्युत्तर असावा. नेट, सेट परीक्षा व संगणक परीक्षा उत्तीर्ण असावा. सेवा तत्पर असावी, उत्साही, नम्र, निवास्र्थी, नि:पक्षपाती वाचकांना तत्पर सेवा देणारा असावा म्हणजेच वाचक ग्रंथालयाचा जास्तीत जास्त उपयोग घेऊ शकतील.

५) मुक्त प्रवेश :

ग्रंथालयात वाचकांना ग्रंथापर्यंत जाण्याचा, ग्रंथ पाहण्याचा, प्रत्यक्ष अवलोकन करण्याचा दिलेला अधिकार म्हणजेच 'मुक्त प्रवेश' होय. मुक्तद्वार पद्धतीमध्ये प्रवेश द्वाराजवळ ग्रंथालय कर्मचारी यांचे नियंत्रण असणे आवश्यक असते.

II) प्रत्येक वाचकास त्याला हवा असलेला ग्रंथ मिळाला पाहिजे

ग्रंथ हे सर्वांसाठी असतात. त्याचा जास्तीत जास्त उपयोग वाचकाने घ्यावयास हवा; ज्ञान हे सर्वांसाठी खुले आहे व त्यासाठी त्यांना तो अधिकार मिळाला पाहिजे. त्यामुळे प्रत्येक वाचकासाठी ग्रंथ या स्वरूपात ग्रंथालय सेवा ही प्रत्येक नागरिकाचा हक्क पूर्ण करणारी असावी.

ग्रंथालयात येणारे वाचक अनेक प्रकारचे असतात. प्रत्येकाची अभिरुची, आवड वेगळी असते, प्रत्येकाची शिक्षणाची पातळी वेगळी असते. भाषा, वय, धर्म वेगळा असतो. प्रत्येक वाचकाला त्याच्या आवडीचा, त्याला माहिती असलेल्या भाषेतील ग्रंथ, ज्ञानसाहित्य मिळाले पाहिजे. ग्रंथ हेच खरे ज्ञानदाते असतात.

१) राज्यशासनाची कर्तव्ये :

राज्यातील जास्तीत जास्त लोकांना ग्रंथालयातील सेवा उपलब्ध करून देणे हे राज्यशासनाचे पहिले कर्तव्य आहे. त्यासाठी प्रत्येक राज्यामध्ये ग्रंथालय कायदा (सार्वजनिक) असणे आवश्यक आहे. त्यामुळे ग्रंथालयांना जास्तीत जास्त अर्थसाहाय्य उपलब्ध करून देण्याची जबाबदारी आहे. प्रत्येक वाचकाला हवा असणारा ग्रंथ विनाशुल्क देणे कठीण जाते. ग्रंथालयाची वाढ लवकर होण्यासाठी ग्रंथालय अधिनियमात मोठ्या प्रमाणात आर्थिक तरतूद करणे आवश्यक आहे. महाराष्ट्रात सध्या कार्यरत अनुदानात फक्त ५५०० ग्रंथालये असून २२ कोटी या ग्रंथालयांवर खर्च होतो. शैक्षणिक ग्रंथालयात विद्यार्थ्यांकडून शुल्क घेतले जाते व परीक्षण अनुदानाची ग्रंथालयासाठी तरतूद केली जाते. कायम, सलग असलेल्या महाविद्यालय व विद्यापीठात विद्यापीठ अनुदान आयोगाकडून उपलब्ध होते.

२) ग्रंथालय व ग्रंथालय कर्मचारी यांची कर्तव्ये

ग्रंथनिवड हे शास्त्र नसून कला आहे. ग्रंथनिवड करताना ग्रंथपालाने वाचकांची मागणी, ग्रंथनिवड समिती व एकूण बजेटचा विचार करून निवडक, दर्जेदार ग्रंथ खरेदी केले पाहिजे. वाचकांचा संपर्क हा ग्रंथालय कर्मचाऱ्याशी नेहमी येत असतो म्हणून ग्रंथालय कर्मचाऱ्यांनी निष्ठापूर्वक, मन:पूर्वक, मन लावून काम करायला हवे. ग्रंथालय कर्मचाऱ्यास ग्रंथालयातील सर्व तांत्रिक बाबींचे ज्ञान असणे आवश्यक आहे जेणेकरून वाचकांना तत्काळ सेवा देता येईल.

३) स्त्री आणि पुरुष :

आर्थिक विषमता, राजकीय विषमता तसेच सामाजिक विषमतेचा पगडा समाजामध्ये असतो पण ग्रंथालयाच्या सेवा प्रत्येक व्यक्तीस मिळवण्यासाठी त्याला स्वातंत्र्य हवे. कोणताही स्त्री-पुरुष भेदभाव न करता वाचकांना हवा असणारा ग्रंथ मिळाला पाहिजे.

४) नागरी व ग्रामीण समाज :

ग्रंथालयाच्या सोयी फक्त नागरी समाजासाठीच नसून त्या ग्रामीण समाजात सुद्धा शहरातल्याप्रमाणेच विकसित झाल्या पाहिजे. त्यामुळे 'गाव तेथे ग्रंथालय' ही संकल्पना अस्तित्वात येईल. आज दहा गावांमागे एक ग्रंथालय असे समीकरण आहे. ते बदलून गाव तेथे ग्रंथालय असावे.

५) वाचकांचे कर्तव्य :

एखाद्या ग्रंथालयातील ग्रंथ वाचकाने अभ्यासासाठी घरी नेलेला असेल, तर तो वेळेवर परत करावयास हवा; तसेच तो व्यवस्थित हाताळला पाहिजे. योग्य ग्रंथ योग्य वाचकांना मिळाला, ग्रंथाचा योग्य वापर झाला नाही, तर ग्रंथ खरेदीवर केलेल्या खर्चाला अर्थ राहाणार नाही म्हणून प्रत्येक वाचकाला हवा असलेला ग्रंथ मिळवण्यासाठी प्रयत्न व्हावेत.

६) आंतरग्रंथालय देव-घेव :

वाचकास हवा असणारा ग्रंथ ग्रंथालयात उपलब्ध नसेल; त्या ग्रंथाची मागणी वाचक करत असेल, तर आंतरग्रंथालय देवघेवद्वारे त्या वाचकाला तो ग्रंथ मिळवून देता येईल.

वाचक ग्रंथालयात आल्यानंतर त्याला हवा असणारा ग्रंथ, माहिती तत्काळ उपलब्ध करून देणे आवश्यक आहे. उडवाउडवीचे उत्तरे देऊन त्याला माहिती दिली नाही, तर आज इंटरनेटवर त्याला हवी असलेली माहिती वाचक घरबसल्या मिळवू शकतो. त्यामुळे तो पुन्हा ग्रंथालयात येणार नाही. त्यामुळे वाचकांना हवी असणारी अद्ययावत माहिती तत्काळ देणे आवश्यक आहे.

III) प्रत्येक ग्रंथास वाचक मिळाला पाहिजे :

दुसऱ्या सूत्रामुळे प्रत्येक वाचकास त्याच्या आवडीचा ग्रंथ मिळवून देण्यास मदत होईल. तसेच तिसरा सिद्धान्त दुसरा सिद्धातानंतरची पायरी असून या सूत्रामुळे प्रत्येक ग्रंथास वाचकांना मिळण्याची सोय झाली आहे. अलीकडे पुस्तक हे कपाटात न राहता ते वाचकापर्यंत गेले पाहिजे, हा उद्देश साध्य झाला आहे; तसेच तज्ज्ञांच्या अनुपम कल्पनांना त्यांचे ज्ञान, त्या लेखाचे पुस्तकरूपाने संग्रहित होऊन ते वाचकापर्यंत

नेणे आवश्यक असते. ग्रंथरूपी संग्रह पुढील पिढीसाठी जतन करून व्यवस्थित ठेवण्याचे काम ग्रंथालये करीत असल्यामुळे ग्रंथांना अनुभव हाच गुरू म्हटले आहे, हे सिद्ध झाले आहे.

१. मुक्तद्वार पद्धती :

वाचकांना त्यांना हवा असणारा ग्रंथ कपाटाजवळ जाऊन हाताळण्यासाठी, पाहण्यासाठी दिलेली संधी म्हणजेच मुक्तद्वार पद्धत होय. वाचकांना पुस्तकांपर्यंत मुक्तपणे प्रवेश देणे व तो ग्रंथ हाताळण्याचे स्वातंत्र्य देणे महत्त्वाचे ठरते. उघड्या कपाटात ग्रंथ हाताळताना त्याच्या आवडीचा ग्रंथ वाचकास मिळतो. बऱ्याच वेळेस पुस्तकाच्या शीर्षकावरून पुस्तकात काय माहिती आहे हे समजत नाही. त्यामुळे ग्रंथ प्रत्यक्ष पाहिल्यावर ग्रंथास त्याचा नियमित वाचक मिळतो. या पद्धतीत ग्रंथ हा ग्राहक होण्याची शक्यता जास्त असते; तसेच वाचक ग्रंथ जागेवर न ठेवता इतर ठिकाणी ठेवतात. मुक्तद्वार पद्धत फक्त विद्यापीठ ग्रंथालयात अवलंबली जाते. महाविद्यालय व सार्वजनिक ग्रंथालयात ठरावीक ग्रंथालयांनी या पद्धतीचा अवलंब केलेला आहे.

२. नवीन पुस्तकाची सूची तयार करून वाचकांपर्यंत पोहोचवणे :

ग्रंथालयात नवीन ग्रंथ आले असतील तर त्याची यादी करून वाचकांपर्यंत पोहोचवणे अथवा नोटीस बोर्डावर यादी लावणे, पुस्तकाचे कव्हर लावणे, यामुळे त्या पुस्तकास त्याचा वाचक मिळण्यास मदत होते. तसेच काही वाचकांना नवीन ग्रंथांची माहिती होईल. तथापि काही ग्रंथांना त्याचा वाचक मिळेल.

३. ग्रंथप्रदर्शन अथवा ग्रंथप्रदर्शित करणे :

ग्रंथालयातील ग्रंथ वाचकांना कळण्यासाठी ग्रंथ ग्रंथालयात दर्शनी भागात अथवा एखाद्या खोलीत, टेबलावर ठेवले पाहिजेत. अशा दर्शनी ठिकाणी ग्रंथ ठेवल्यामुळे नव्या पुस्तकांकडे वाचकांचे लक्ष वेधले जाईल व चटकन वाचक आकर्षित होऊन त्याची मागणी करेल व अशा प्रकारे ग्रंथास वाचक मिळेल.

ग्रंथालयातील वेगवेगळ्या प्रकारच्या पुस्तकांची प्रदर्शनेही भरविले जाऊ शकतील.

*   नवीन खरेदी केलेल्या वाचन साहित्याचे प्रदर्शन.
*   ग्रंथ चर्चा, नवीन ग्रंथाची ओळख.
*   लेखकांना भेटा इत्यादी कार्यक्रम.
*   विशिष्ट विषयावरील वाचन, साहित्याचे प्रदर्शन.
*   विशिष्ट सण, उत्सवावरील वाचन साहित्य.
*   गावात पारावर, सभागृहात सामूहिक वाचन.

* राष्ट्रीय ग्रंथसप्ताहाचे आयोजन.
* रौप्यमहोत्सव, शताब्दी वर्ष.
* राष्ट्रीय व्यक्तींच्या जयंत्या, इत्यादी.

वरील प्रदर्शनातून वाचकांना वाचन साहित्याचा जास्तीत जास्त फायदा होतो. त्यामुळे ग्रंथालयास त्याचा वाचक मिळण्यास मदत होते.

४. ग्रंथनिवड :

उपलब्ध निधीच्या आधीन राहून ग्रंथालयांची वाचकांच्या आवडीनुसार निवडक व दर्जेदार ग्रंथ खरेदी केल्यास ग्रंथास वाचक मिळण्यास मदत होते.

५. ग्रंथालय तालिका :

ग्रंथालय तालिका ही शास्त्रशुद्ध असली पाहिजे. वाचक शक्यतो ग्रंथनाम व लेखकाच्या नामानुसार ग्रंथालयात मागणी करतो. कधीकधी विषयानुसार ग्रंथाची मागणी करतो; अशा वेळी तालिकेत विषयानुसार नोंदी असणे आवश्यक आहे. यापैकी माहिती असणाऱ्या घटकांना साहित्य शोधता येईल व वाचन साहित्याचा जास्तीत जास्त वापर होऊ शकेल.

६. ग्रंथालय प्रसिद्धी :

विविध उपक्रमांच्या माध्यमातून कार्यक्रमाच्या वाचक निमित्ताने ग्रंथालयात येईल व त्याचे महत्त्व वाचकांना दिल्यानंतर वाचक साहित्याकडे येईल व हळूहळू ग्रंथास वाचक मिळेल. विविध उपक्रम, कथाकथन स्पर्धेचे आयोजन आकाशवाणी, दूरदर्शन, फिरत्या ग्रंथालयामार्फत गुणवंत विद्यार्थ्यांचा सत्कार, व्याख्यानमाला इत्यादी माध्यमांतून ग्रंथालयाची प्रसिद्धी करता येईल जेणेकरून ग्रंथालयाकडे वाचक आकर्षित होतील.

७. जनसंपर्क विभागाची स्थापना :

नवीन वाचकांना व नवीन संशोधन करणाऱ्या वाचकांना ग्रंथालयातील तालिकीकरण, वर्गीकरण, ग्रंथालयातील विभागावर माहिती दिल्यास; तसेच कर्मचाऱ्यांच्या मध्यस्थीचा दुवा साधण्यासाठी तो शक्य आहे. त्यामुळे ग्रंथालयातील सर्व साहित्याची माहिती वाचकांपर्यंत जाण्यास मदत होईल.

IV) वाचकाचा वेळ वाचला पाहिजे :

वाचकाचा वेळ वाचण्यासाठी ग्रंथालय कर्मचाऱ्यांनी तत्काळ वाचकांसाठी सेवा दिली पाहिजे. माहितीच्या युगात ताजी माहिती देणे व कमी वेळात देणे आवश्यक आहे; कारण वाचकांबरोबर ग्रंथालय कर्मचारी याचाही वेळ वाचला पाहिजे.

१. संगणकीकृत ग्रंथालय :

१) इंटरनेट संगणकीकृत ग्रंथालय सुविधा :

ग्रंथालयात संगणक, टेलिफोन असणे आवश्यक असून संगणकाच्या व इंटरनेटच्या माध्यमातून वाचकांना तत्काळ सेवा देणे शक्य होईल; अशा ग्रंथालयामुळे कमी वेळेत जास्तीत जास्त माहिती देता येते. एखाद्या वाचकास ग्रंथालयात अमुक लेखकाची किती पुस्तके आहेत अथवा अमुक विषयाचे किती ग्रंथ उपलब्ध आहेत ही माहिती संगणकीकृत ग्रंथालयाद्वारे काही सेकंदांत देता येते व प्रिंटआऊट काढून वाचकांना पाहिजे त्याची यादी उपलब्ध करून देता येते. त्यामुळे वाचकांचा व कर्मचाऱ्यांचा वेळ वाचण्यास मदत होते. त्याचप्रमाणे इतर ग्रंथालयातील उपलब्ध साहित्याची माहिती वाचकांना तत्काळ मिळू शकते.

२) मुक्त प्रवेश पद्धती :

मुक्त प्रवेश पद्धतीमुळे वाचकांना हवा असणारा ग्रंथ तालिकांमध्ये पाहण्यासाठी व त्यानंतर स्लीप भरून ग्रंथालयात विभागातील कर्मचाऱ्यांना ती स्लीप दाखवतो व मग कर्मचारी त्या स्लीपनुसार सदर ग्रंथ शोधतो. ग्रंथ असल्यास वाचकांना देतो. दुसऱ्या ग्रंथासाठी पुन्हा वरीलप्रमाणे प्रक्रिया करावी लागते. मुक्तद्वार असेल व ग्रंथोपस्कार योग्य पद्धतीने केलेले असतील, तरच अल्प वेळात आपल्या आवडीचा ग्रंथ मिळू शकतो. त्यामुळे वाचकांचा व कर्मचाऱ्यांचा वेळ वाया जात नाही. मुक्तद्वार प्रवेश पद्धतीमुळे वाचकांना रांगा लावत बसण्याची व त्याद्वारे ग्रंथ घेण्याची गरज नाही; कारण तो प्रत्यक्ष ग्रंथाजवळ जाऊन ग्रंथ निवडू शकतो त्यामुळे त्या वाचकांचा वेळ वाचतो.

३) संदर्भसेवा :

वाचकांना संशोधनाकरता निरनिराळ्या ग्रंथांतून, वाचन साहित्यामधून, माहिती गोळा करून देणे अथवा ग्रंथसूची उपलब्ध करून दिल्यास वाचकांचा वेळ वाचतो.

४) देवघेव

ग्रंथालयात संदर्भ विभागाची स्थापना करून त्या विभागामार्फत वाचकांना संदर्भ सेवा देता येते. संदर्भ विभागात नवीन कल्पनेनुसार संगणक संदर्भ ग्रंथ कसा हाताळावा, संदर्भात माहिती कशी शोधावी, याची माहिती नसते. अशावेळी संदर्भ सेवेच्या माध्यमातून संबंधित वाचकांना त्याला हवा असलेल्या ग्रंथाची माहिती तात्काळ देता येते किंवा संगणकाच्या माध्यमातून इतर ग्रंथालयांतील माहिती वाचकांना देता येते. त्यामुळे वाचकांना निश्चित वेळ कमी होतो.

५) वर्गीकृत व तालिका नोंदी

ग्रंथालयामध्ये आलेल्या वाचकांना वेळ वाचण्यासाठी काही महत्त्वाची तांत्रिक साधने ग्रंथालयशास्त्राने निर्माण केली आहेत. ग्रंथाचे विषयनिहाय वर्गीकरणामुळे एका विषयावरील ग्रंथ एकत्र येतात. वाचकांच्या सोयीसाठी तालिकामध्ये ग्रंथपाल, ग्रंथकार, विषय संपादन संकलन, अनुवादक, रूपांतरित, भाषांतरकार, उपनाम यासाठी सर्व प्रकारची नोंद पाहिल्यास वाचकांना मदत होते. अमुक लेखकाचा ग्रंथ उपलब्ध आहे, काय? अथवा अमुक विषयावर अमुक लेखकाचे किती ग्रंथ आहेत? या वाचकाच्या प्रश्नांची उत्तरे देणारे ग्रंथालय असणे आवश्यक आहे.

६) केंद्रीय तालिकीकरण :

विद्यापीठात वेगवेगळ्या विषयाची विभागावर ग्रंथालये असतात किंवा सार्वजनिक ग्रंथालये 'अ' आणि 'ब' दर्जाचे असेल, तर त्या ग्रंथालयाच्या किमान चार शाखा त्या शहरात असतात. मुख्य ग्रंथालयातील सर्व ग्रंथांचे केंद्रीय तालिकीकरण केल्यास वाचकांना हवे असणारे वाचन साहित्य नेमके कोणत्या ग्रंथालयात उपलब्ध आहे, याची माहिती एकाच ठिकाणी उपलब्ध होऊ शकेल. त्यामुळे वाचकांना तात्काळ वाचनीय साहित्य मिळेल.

७) ग्रंथालय कर्मचाऱ्यांच्या वेळेत बचत :

वाचकांच्या वेळेबरोबर ग्रंथालय कर्मचाऱ्यांच्या वेळेत बचत होण्यासाठी कर्मचारी प्रशिक्षित असला पाहिजे. त्याला त्याच्या कर्तव्याची जाणीव असली पाहिजे. ग्रंथ खरेदीपासून ते संस्कारापर्यंत वेळेच्या दृष्टीने संगणकाचा नवीन प्रयत्न सुरू आहे. मध्यवर्ती सूचीमुळे वाचकांना ग्रंथालयात असलेल्या ग्रंथाची माहिती मिळते.

८) कपाटातील ग्रंथरचना :

ग्रंथालयातील कपाटात ठेवण्यात आलेल्या ग्रंथाची रचना ही अनुवर्णानुसार; तसेच वर्गीकरण करून एकाच विषयाचे सर्व ग्रंथ एका ठिकाणी येतील, अशा पद्धतीची असावी म्हणजे ग्रंथालय कर्मचाऱ्यांचा व वाचकांचा वेळ वाचण्यास मदत होईल.

९) ग्रंथालय परिचय कार्यक्रम :

ग्रंथालय तालिका कशी असावी, त्यानुसार ग्रंथ कसा शोधावा, ग्रंथालयात विविध विभाग व विभागीय कार्यपद्धती समजून सांगावी, ग्रंथालयाचे नियम, शुल्क पद्धत, अनामत विलंब शुल्क इत्यादी माहिती वाचकांना दिल्यास वेळ वाचण्यास मदत होईल.

V) ग्रंथालय वर्धिष्णू संस्था आहे :

ग्रंथालय ही चिरकाल टिकणारी वर्धिष्णू संस्था आहे. ग्रंथालयशास्त्राचे जनक रंगनाथन यांनी ग्रंथालय ही वर्धिष्णू संस्थेसाठी 'ऑरगॅनिक' हा शब्द वापरला आहे. या मागची भूमिका अशी की, सजीवाप्रमाणे ग्रंथालय स्वयंभू आहे. सजीवाची वाढ जशी नैसर्गिक विकासाप्रमाणे सतत होत असते; तसेच ग्रंथालयसुद्धा सतत वाढत असते. ग्रंथभावना, कल्पना, विचारांची, ज्ञानाची, प्रतिभेचे साक्षात स्पंदन नसते म्हणून ग्रंथालय ही वर्धिष्णू संस्था आहे.

ग्रंथालयशास्त्राचा हा पाचवा सिद्धान्त असून ग्रंथालय ही सतत वाढत जाणारी संस्था आहे. ग्रंथालयाची इमारत, ग्रंथ कर्मचारी विभाग इत्यादी घटकांमध्ये सतत वाढ होत राहते.

१. ग्रंथ संग्रह :

ग्रंथालय स्थापनेच्या वेळी ग्रंथालयात ग्रंथ शेकडा प्रमाणात असतात. दरवर्षी ग्रंथखरेदीमध्ये भर पडून ही संस्था दरवर्षी वाढत वाढत जाते. महाविद्यालयात विद्यापीठ अनुदानाकडील अनुदानातून ग्रंथ खरेदी मोठ्या प्रमाणात होते. दरवर्षी हजारो ग्रंथ खरेदी केले जातात; तसेच सार्वजनिक वाचनालयात एकूण अनुदानाच्या किमान २५ टक्के खर्च ग्रंथ खरेदीवर करणे अनिर्वाय असते. त्यामुळे दरवर्षी ग्रंथखरेदीमुळे संख्यात्मक वाढ झपाट्याने होते. ग्रंथ ठेवण्यासाठी रॅक, कपाटाची आवश्यकता असते. कपाटात ठरावीक अंतर ठेवावे लागते. त्यामुळे मोठ्या प्रमाणात दरवर्षी व्यापक जागा लागते. त्यामुळे कर्मचाऱ्यांवर कामाचा व्याप वाढतो.

२. ग्रंथालय इमारत :

ग्रंथालयाच्या इमारतीचे नियोजन अधिकृत अभियंत्याकडून करून घेणे आवश्यक आहे, कारण ग्रंथालय इमारतीमध्ये दरवर्षी होणारी ग्रंथवाढ, वाचकवर्ग, वाढत्या ग्रंथालय सेवा यामुळे ग्रंथालये अपुरी पडतात. पुन्हा नव्याने बांधकाम करण्यासाठी तसा विस्तार होण्याची क्षमता असावी, तिचा पाया मजबूत असावा, इमारतीमध्ये भरपूर प्रकाश असावा, याचे नियोजन करावे. ग्रंथालयात कपाटे लावण्याची सोय असावी, रॅक रुंद असावा. भविष्यात इमारतीचा विस्तार होऊ शकेल, असे नियोजन इमारत बांधणाऱ्याने करावे. त्या दृष्टीने इमारतीची आखणी आणि रचना असावी.

३. वाचक :

ग्रंथालयातील इतर घटकांप्रमाणे वाचकवर्ग संख्या वाढत राहते. वाचकांसाठी

वाचनकक्ष स्वतंत्र असावा. भविष्यातील वाढीचा विचार करून वाचनकक्षाची बांधणी असावी. एकूण वाचक संख्येच्या ३० टक्के वाचकांना बसण्याची सोय असावी. ग्रंथालयाच्या सेवा व वेळानुसार वाचकवर्ग वाढत असतो. ग्रंथाचा जास्तीत जास्त उपयोग करून घेण्यासाठी ग्रंथालयातील वाचकसंख्या वाढणे आवश्यक आहे.

४. ग्रंथालयातील कर्मचारीवर्ग :

जसजशी ग्रंथसंख्या वाढत जाते त्याप्रमाणे वाचकसंख्या वाढत जाऊन कर्मचारी संख्याही वाढत जाते. ग्रंथाची आवड असणारा व प्रशिक्षित कर्मचारी ग्रंथालयात नियुक्त करावा. म्हणून ग्रंथालयाचे स्वरूप, आकार जसा वाढत जाईल तसा कर्मचारीवर्ग वाढत जाईल.

५. ग्रंथालयातील तालिकीकरण-वर्गीकरण-संगणकीकरण

ग्रंथालयातील प्रत्येक विभागात वाढ होत राहिल्यास याही विभागात वाढ होते. ग्रंथाचे तालिकीकरण, वर्गीकरण वाढत राहणार त्याचप्रमाणे संगणकीकृत ग्रंथालय सेवा देण्यासाठी, ग्रंथालयात होणाऱ्या वाढत्या वाचनीय साहित्य व्यवस्थापन करणाऱ्यासाठी, तत्काळ व ताजी माहिती वाचकांना देण्यासाठी, नेटवर्कींगची जगातील इतर ग्रंथालयातील माहिती वाचकांना देण्यासाठी, स्वतंत्र संगणकीकृत विभाग असणे आवश्यक आहे. त्याचबरोबर झेरॉक्सिंग व्यवस्था ग्रंथालयात असणे आवश्यक आहे.

६. वाढती आर्थिक तरतूद :

ग्रंथालयातील वाढ होत असताना ग्रंथालयाच्या इमारतीच्या संदर्भात एक महत्त्वाची बाब नेहमी लक्षात ठेवली पाहिजे ती म्हणजे भविष्यकाळातील इमारतीचा विस्तार व त्यासाठी इमारतीच्या बांधकामाच्या वेळी भविष्यात तरतूद असणे, आवश्यक असते. नियोजनबद्ध धोरण आखून इमारतरचना असावी. यासाठी वाढता विस्तार मंजूर केला पाहिजे. त्यासाठी शासन; संस्थाचालक, ग्रंथालय व्यवस्थापन, लोकप्रतिनिधी यांच्यामध्ये जाणीव निर्माण करून ग्रंथालयासाठी इमारत निधी घ्यावयास हवा. सार्वजनिक ग्रंथालयाचा 'ब' दर्जा झाल्यास चार लाखांचा निधी उपलब्ध होऊ शकतो, त्याचप्रमाणे राज्य शासनाकडून अठ्ठेचाळीस हजार रुपयांचा निधी उपलब्ध होऊ शकतो. महाविद्यालयीन विद्यापीठ ग्रंथालयासाठी कायम सलग मान्यता प्राप्त संस्था यू. जी. सी. स्वतंत्र इमारत बांधकामासाठी निधी उपलब्ध होऊ शकतो; तसेच स्थानिक आमदारांकडून त्यांच्या विकासनिधीतून इमारत बांधकामासाठी निधी उभारता येतो. ग्रंथालयात नवीन शाखा स्थापन करून समाजातील सर्व स्तरांतील लोकांपर्यंत

ग्रंथालय सेवा पोहोचू शकतात. त्याचप्रमाणे ग्रंथालयातील जुने, वाळवी लागलेले अभ्यासक्रम बदलणे, हाताळणे, अयोग्य जीर्ण ग्रंथ ग्रंथालयातून रद्दबातल करून ग्रंथालयात ग्रंथ ठेवण्यासाठी जास्त जागा मिळू शकते. ग्रंथालयशास्त्राच्या या सिद्धान्तावरून स्पष्ट होते की, ग्रंथालय ही वर्धिष्णू संस्था असून भविष्याचा वेध घेऊनच कोणत्याही ग्रंथालयाच्या इमारतीची योजना अथवा भविष्यातील योजना आखावी. अर्थात वरील पाच सूत्रांवर ग्रंथालयशास्त्र आधारलेले आहे.

○ ○ ○

३. ग्रंथालयाचे प्रकार

ग्रंथालयाचे एकूण तीन प्रकार आहेत. शैक्षणिक, सार्वजनिक व विशेष ग्रंथालये; त्यांची कामे उद्दिष्ट्ये खालीलप्रमाणे आहेत.

प्रस्तावना

ज्ञान प्राप्त करून घेण्याची तृष्णा ही मनुष्यप्राण्यामध्ये प्राचीन काळापासून आहे. मानवाने ज्या मार्गाने ज्ञान मिळेल त्यामार्गाने ज्ञान प्राप्त करून घेतले आहे. आपले जीवनमान उंचावण्याचा येनकेन प्रकारे प्रयत्न केला आहे. आपला व समाजाचा सर्वांगीण विकास होण्यासाठी वेगवेगळ्या संस्था स्थापन केल्या आहेत. उदा. अर्थसंस्था, कुटुंबसंस्था, विवाहसंस्था, धर्मसंस्था, शिक्षणसंस्था इ.

शैक्षणिक ग्रंथालये

शैक्षणिक ग्रंथालयात, प्रामुख्याने शालेय ग्रंथालय, महाविद्यालय ग्रंथालय व विद्यापीठ ग्रंथालय या ग्रंथालयाचा समावेश होतो. या ग्रंथालयातील वाचक वर्गास वाचनीय साहित्य अधिकृतपणे मिळू शकते. शैक्षणिक संस्थेतील ग्रंथालय ही शैक्षणिक संस्थांचे जणू आत्मा असतात. त्यामुळे विद्यार्थ्यांची जडणघडण देशाचा भावी नागरिक चांगला घडविण्यासाठी दर्जेदार निवडक साहित्यासाठी परिपूर्ण ग्रंथालय असणे आवश्यक आहे.

शैक्षणिक ग्रंथालय म्हणजे निवडक ग्रंथ आणि इतर साधनसामुग्रीची ज्ञानप्राप्तीसाठी करण्यात आलेला संग्रह होय. शालेय ग्रंथालय एक ग्रंथालयाचा महत्त्वाचा प्रकार आहे. सर्वसाधारणपणे वयाच्या पाचव्या वर्षी आपण आपल्या पाल्याला प्राथमिक शाळेत घेऊन जातो. इ. १ ली ते ४ थी पर्यंत प्राथमिक शाळा होय. ११ वी व १२ वी उच्च माध्यमिक शाळा म्हणजे कनिष्ठ महाविद्यालय होय. १२ वी उत्तीर्ण झाल्यानंतर विद्यार्थी महाविद्यालयीन शिक्षणास पात्र ठरतो.

माध्यमिक शालेय ग्रंथालये

वेगवेगळ्या स्तरावरील ग्रंथालये ही अभ्यासक्रमाचा एक अविभाज्य घटक म्हणून कार्य करीत असतात. तसेच माध्यमिक विद्यालयातील ग्रंथालये आपले स्वतंत्र अस्तित्व ठेवून तरुण विद्यार्थ्यांना तसेच त्यांच्या शिक्षकांना असणारे संदर्भ व माहिती पुरवीत असतात. माध्यमिक शैक्षणिक स्तरावर विद्यालयातील ग्रंथालय तीन पातळ्यावर शैक्षणिक कार्य करीत असते. प्राथमिक वर्ग, माध्यमिक वर्ग, उच्च माध्यमिक वर्ग हा सात वर्षांचा कालावधी असतो. ही वर्षे म्हणजे विद्यार्थ्यांच्या दृष्टीने संवेदनशील असा कालखंड असतो. आणि या वयात त्यांच्यावर होणारे संस्कार हे चिरस्थायी असतात. एका दृष्टीने त्यांच्या व्यक्तिमत्वाची पायाभरणीच या कालखंडात होत असते. शाळेतील ग्रंथालय या विद्यार्थ्यांच्या जडणघडणीत मोठी विधायक भूमिका बजावू शकतात.

बालकाच्या शरीराचा आणि मनाचा नैसर्गिक सुसंगत आणि प्रगतीशील विकास सुलभतेने होण्यास ज्याची मदत होते त्याला 'शालेय शिक्षण' म्हणतात.

शालेय ग्रंथालये-उद्दिष्ट्ये

शालेय जीवनातील विद्यार्थ्यांची वाढ व विकासाचे बौद्धिक आव्हान पूर्ण करण्यासाठी ग्रंथालयांनी नेहमी जागृत राहावे. कारण शालेय जीवनात विद्यार्थी जसा घडवावा तसा घडत असतो. आजच्या दूरदर्शनच्या काळात शालेय जीवनापासून विद्यार्थ्यांना पुस्तकाची, वाचनीय साहित्याची, आवड लागणे आवश्यक असून राष्ट्रीय नेत्यांची चरित्रे, दर्जेदार साहित्य, सानेगुरुजी साहित्य विद्यार्थ्यांनी वाचणे आवश्यक आहे. कारण भावी जीवन स्पर्धेचे असल्यामुळे मूळ पाया पक्का असणे आवश्यक आहे.

१) शाळेतील विविध उपक्रमांत विद्यार्थी, शिक्षक व पालक यांचा सहभाग असावा.

२) विद्यार्थ्यांची वाढ व विकासासाठी ग्रंथालयातील वाचनसाहित्य विद्यार्थ्यांना उपलब्ध करून देणे.

३) वाचनाची आवड विद्यार्थ्यांना लावणे.

४) बौद्धिक विकास व चौकस बुद्धी विकसित करणे.

५) सामान्य ज्ञान वाढविणे त्याचबरोबर मातृभाषा याबरोबरच इतर भाषेतील (इंग्रजी व हिंदी) भाषेचे ज्ञान वाढविणे.

६) सावकाशपणे व जाणीवपूर्वक वाचनाची सवय वाढविणे.

७) पुस्तकाचा उपयोग करून नवीन माहिती व ज्ञान घेण्याची सवय

त्यांच्या मध्ये विकसित करणे.

८) उत्कृष्ट भारताचा भावी नागरिक तयार करणे.

९) व्यक्तिमत्त्वाचा विकास करणे.

१०) ग्रंथालयाचे आणि दृकश्राव्य साधनाचे विवेकशील आणि कार्यक्षम वाचक बनविण्यासाठी विद्यार्थ्यांना मदत करणे.

शालेय ग्रंथालयाची कार्ये

शालेय ग्रंथालयातील वाचनसाहित्य जास्तीत जास्त प्रमाणात विद्यार्थ्यांना पुरवावे लागतात. यात पाठ्यपुस्तकाबरोबर इतर वाचनीय साहित्य देणे आवश्यक आहे. उदा. शामची आई, सानेगुरुजींचे इतर साहित्य इ.

१) वाचक सल्ला

२) वाचनसाहित्य आरक्षण सेवा

३) ग्रंथालय सूचना

४) ग्रंथालय तासिका हाताळण्यास सहकार्य

५) विनंतीवरून माहितीची तरतूद करणे.

६) विद्यार्थ्यांमध्ये छंद, धाडस, साहस जोपासण्यासाठी हस्तकौशल्य, क्रीडा इ. ग्रंथ पुरविणे.

७) विद्यार्थ्यांना ग्रंथालयाचा परिचय करून देणे.

८) नवीन वाचन साहित्याची वेष्टणे, याद्या सूचना फलकावर लावणे.

९) वाचन साहित्याची देवाणघेवाण करणे.

१०) वाचन साहित्याची यादी तयार करणे.

११) ग्रंथप्रदर्शन आयोजित करणे.

१२) आंतर-ग्रंथालय सेवा विद्यार्थ्यांना उपलब्ध करून देणे.

१३) शाळेत शिकवल्या जाणाऱ्या पाठ्यपुस्तकाप्रमाणे पाठ्यपुस्तकाव्यतिरिक्त संदर्भ ग्रंथ पुरवण्यास जमा करून त्यांचे वाचन करणे व साहित्यसेवा देणे.

१४) चौकस बुद्धीचा विकास करण्यासाठी ते कसे घडले, का घडले अशा विविध सदरांची आवड निर्माण करणे, गणिताची कोडी, भाषाज्ञानाची कोडी, ग्रंथालय परिचय निबंध स्पर्धा, गोष्टींचा तास.

१५) स्लाईडस, चित्रे, पारदर्शिका फिल्म, संगणक यासारख्या दृकश्राव्य साहित्याच्या माध्यमातून ज्ञान देणे.

शालेय ग्रंथालयाची वैशिष्ट्ये

शालेय ग्रंथालयाची वैशिष्ट्ये पाहत असताना ग्रंथालयात केंद्रीय ग्रंथालय

पद्धतीचा ही अवलंब करण्यात आलेला आहे. वेगवेगळ्या विभागात ग्रंथालय कार्यरत असताना एकत्रित संग्रहाचे 'मुख्य केंद्रीय ग्रंथालय' देखील कार्य पार पाडताना दिसते.

ग्रंथसंग्रह विकासाच्यादृष्टीने

माध्यमिक विद्यालयातील विद्यार्थी व शिक्षक यांच्या अध्ययन व अध्यापनविषयक गरजा विचारात घेऊन त्यास पूरक व साहाय्यक होईल अशा तऱ्हेची व अन्य साधने यांचा संग्रह करणे यात शिक्षण मंडळ बोर्डाने शिफारस केलेले क्रमिक व संदर्भ पुस्तके घेणे महत्त्वाचे आहे. हुशार विद्यार्थी व शिक्षक यांच्याकरिता थोडी प्रगत स्वरूपाची, अधिक ज्ञान, माहिती देणारी पुस्तकेसुद्धा ग्रंथालयात असावी लागतात. काही संदर्भग्रंथ देखील उपलब्ध असावेत प्रत्येक विद्यार्थ्यांमागे शाळेत किती संग्रह असावा खालील अहवालानुसार दिसून येईल. अमेरिका - १९६० मध्ये प्रत्येक विद्यार्थ्यांमागे किमान १० ग्रंथ असावेत तसेच १९६७ मध्ये या संस्थेने प्रत्येक विद्यार्थ्यांमागे २० ग्रंथ असावेत असे सांगितले होते.

ऑस्ट्रेलिया - या देशात २०० पेक्षा जास्त विद्यार्थी असलेल्या शाळेत किमान ६ हजार ते १० हजार ग्रंथ असावेत.

भारतात बंगलोर मध्ये १९६२ रंगनाथन एस. आर. यांच्या उपस्थिती शालेय ग्रंथालय परिषदेत पुढील प्रमाणे मान्य करण्यात आले.

२०० पेक्षा कमी विद्यार्थी असलेल्या शाळेत २००० ग्रंथ असावेत.

२०० ते ४५० ४००० ग्रंथ असावेत.

४५१ ते ७०० ६००० ग्रंथ असावेत

७०१ ते १००० १०००० ग्रंथ असावेत

कृष्णा कुमार यांच्या शिफारशी नुसार २०० - ३९९ विद्यार्थी संख्या असलेल्या शाळेत ६ ते १० हजार ग्रंथ असावेत तसेच उच्च माध्यमिक शाळेत ५० नियतकालिके व चार दैनिके असावी. तर प्राथमिक शाळेत १० नियतकालिके व दोन दैनिके असावी.

माध्यमिक शाळा ग्रंथालय नेमणूक

ग्रंथपाल पदाच्या नेमणुकीबाबतच्या तरतुदीनुसार शाळा संहिता माध्यमिक नियम ५७.५ व नियमावली ८१ यात दिलेली आहे.

अनुशेष पद

शिक्षण संस्थेतील ज्या शाळेतील विद्यार्थी संख्या १००० ते २००० आहेत तेथे पूर्ण वेळ ग्रंथालय पद अनुज्ञेय आहे. तसेच शिक्षक समकक्ष वेतनश्रेणीही

आहे. ज्या शाळेची विद्यार्थी संख्या ५०१ ते १००० तसेच १५०१ ते २००० आहे तेथे अर्धवेळ ग्रंथपालाचे प्रत्येकी एक पद अनुज्ञेय असेल. एकाच संस्थेच्या एका गावात दोन शाळेत प्रत्येकी ग्रंथपाल नेमण्याइतकी विद्यार्थी संख्या असेल तर त्या दोन पैकी एका शाळेत पूर्णकालीन ग्रंथपालाने एक पद अनुज्ञेय असेल. वयोमर्यादा १८ वर्षापेक्षा कमी नसावी. तसेच शैक्षणिक अर्हता-जी व्यक्ती किमान माध्यमिक शाळा प्रमाणपत्र परीक्षा उत्तीर्ण झाली असेल आणि ग्रंथपाल कोर्स ग्रंथालय संचालनाकडून देण्यात येणारे प्रशिक्षण प्रमाणपत्र तसेच ग्रंथपाल हे पद सवर्गात येते, कारण हे पद एकाकी असते. शिक्षण संस्थेत एक स्वतंत्र संवर्ग समजण्यात येईल व ही पदे २०० बिंदू नामावलीत धावत्या अंकानुसार भरण्यात येतील.

बजेट

विद्यार्थ्यांकडून जमा झालेली अनामत.

संस्थेच्या व्यवस्थापनाकडून मिळालेली रक्कम.

राज्य व स्थानिक स्वराज्य संस्थेकडून मिळालेली अनुदाने इ.

प्रत्येक विद्यार्थ्यांमागे रु. ७ ग्रंथ व इतर वाचन साहित्य खरेदीसाठी राखून ठेवावे.

शालेय ग्रंथालय सद्यःस्थिती

राष्ट्रीय शैक्षणिक संशोधन व प्रशिक्षण, दिल्ली यांच्या पाचव्या अहवालानुसार भारतात एकूण ७,३५,७८५ मान्यता प्राप्त शाळा होत्या. त्यापैकी ६,६८,०७९ प्राथमिक शाळा तर ६७,७०६ माध्यमिक शाळा होत्या त्यापैकी ४ टक्के शाळांना ग्रंथालये आहेत.

महाराष्ट्रात १९९३ मध्ये एकूण ६१,४१० शाळा होत्या. माध्यमिक शाळा १०,७०६ होत्या. ४० टक्के शाळांना इमारती नाहीत ५० टक्के शाळांना ग्रंथालये नाहीत; तसेच १९९६ मध्ये महाराष्ट्रात एकूण ७६,४८६६ शाळा होत्या. सध्या महाराष्ट्रात ११,७१७ माध्यमिक शाळा असून १०४,९९,००० विद्यार्थी शिक्षण घेत आहेत.

महाविद्यालयीन ग्रंथालय

महाविद्यालयीन शिक्षण हे विद्यार्थ्यांना शालेय शैक्षणिक वातावरणापेक्षा अगदी वेगळ्या प्रकारचे असते. महाविद्यालयात प्रवेश घेणारे विद्यार्थी आपली बालवयातील मानसिकता व शारीरिक वैशिष्ट्ये पार करून तारुण्यात पदार्पण करीत असतात. महाविद्यालय पातळीवरचे विद्यार्थी साधारणपणे १६-२० वर्ष वयोगटांतील असतात. शिक्षण ही चिरकाल चालणारी प्रक्रिया असल्याने पदवी किंवा

पदव्युत्तर शिक्षणापर्यंत मर्यादित नसते. विद्यार्थ्यांचे आकलन विस्तारलेले असते. तसेच जीवनाबद्दलचे नवे स्वप्न ते पाहू लागतात. महाविद्यालयात प्रवेश घेतलेल्या प्रत्येक विद्यार्थ्यांवर लक्ष पुरविणे अधिव्याख्यात्यांना अशक्य असते. त्यामुळे त्यांनी स्वत: केलेल्या अभ्यासावर त्यांना अवलंबून राहावे लागते. अशा वेळी त्यांना ग्रंथालयाचा फार उपयोग होतो.

शिक्षणाचा उद्देश म्हणजे विद्यार्थ्यांच्या व्यक्तिमत्त्वाचा विकास करणे. चारित्र्यसंपन्न व्यक्तिमत्त्व म्हणजे बौद्धिक ज्ञान प्राप्त करून परिस्थितीशी जुळवून घेणे असा आहे. साधारणपणे महाविद्यालय म्हणजे अशी संस्था की ज्या ठिकाणी उच्च शिक्षणातील ३/५ वर्षे कालावधी पदवी व काही ठिकाणी पदव्युत्तर अभ्यासक्रम चालवले जातात.

१) सामान्य महाविद्यालये (कला, वाणिज्य, विज्ञान)

२) व्यवसायिक महाविद्यालये

(कृषि अभियांत्रिकी, विधी, वैद्यकीय, तंत्रनिकेतन इत्यादी)

महाविद्यालयीन ग्रंथालयाचे उद्दिष्टे

१) तरुण विद्यार्थी -विद्यार्थिनींना विविध ज्ञानशाखांचे सखोल ज्ञान व परिचय करून देणे.

२) विविध ज्ञानशाखांमध्ये अधिक अभ्यास करून परंपरांना मिळून विद्यार्थ्यांना विशेष साहाय्य करणे.

३) भावी जीवनातील जबाबदाऱ्या समर्थपणे उचलण्याची क्षमता युवकांमध्ये निर्माण करणे.

४) तरुणांना विविध पेशांमधील कामासाठी तयार करणे. उदाहरणार्थ, वैद्यकीय, अभियांत्रिकी, संशोधक, व्याख्याते इत्यादी.

५) सुजाण व ज्ञानपिपासू आणि जबाबदार नागरिकांच्या समूहाला प्रशिक्षण देणे.

महाविद्यालयीन ग्रंथालयाचे घटक

१) ग्रंथसंग्रह आणि इतर अध्ययन, अध्यापन विषय साहित्य.

२) वाचकवर्ग, विद्यार्थी, प्राध्यापक, व्यवस्थापन मंडळाचे सदस्य व त्यांना दिली जाणारी ग्रंथालयीन सेवा.

३) भौतिक सुविधा, इमारत, फर्निचर, साधने, संगणक इत्यादी.

४) ग्रंथालयातील व्यावसायिक सेवकवर्ग

५) महाविद्यालयीन ग्रंथपालाची आर्थिक तरतूद.

महाविद्यालयीन ग्रंथालयाचे कार्य :

महाविद्यालयीन ग्रंथालयाचे क्षेत्र व कामाचा व्याप ही शालेय ग्रंथालयाच्या मानाने अधिक व्यापक असतात. ग्रंथसंग्रहाची सूची करणे, विद्यार्थ्यांना मार्गदर्शन करणे व एकूण ग्रंथालय व्यवस्थापनाचे कार्य ग्रंथपालांना करावे लागते.

१) महाविद्यालयीन शिक्षणक्रम पूर्ण करण्यासाठी साहाय्य करून व्याख्याने, प्रयोगशाळा साहाय्य किंवा इतर सामग्रीद्वारे जे ज्ञान विद्यार्थ्यांना मिळू शकत नाही, अशा पूरक ज्ञानाची सोय करणे.

२) ग्रंथालयातील संदर्भ साहित्याचा पुरेपूर उपयोग करण्यासाठी विद्यार्थ्यांना मार्गदर्शन करणे.

३) संशोधनाची प्रवृत्ती वाढीस लागावी यासाठी विद्यार्थ्यांना आणि प्राध्यापकांना त्यासाठी पूरक व योग्य साहित्य मिळवून देणे.

४) आपापल्या विषयात प्रावीण्य मिळविण्यासाठी व व्यावसायिक प्रतिष्ठा वाढविण्यासाठी प्राध्यापकवर्गास योग्य ते साहित्य पुरविणे.

५) वेळप्रसंगी आंतर ग्रंथालयात देवघेव पद्धतीद्वारे व संगणकाच्या माध्यमातून, इंटरनेटच्या माध्यमातून वाचन साहित्य व माहिती वाचकवर्गास देणे.

६) ग्रंथालयासाठी आवश्यक असणारे ग्रंथ व वाचनीय साहित्य, नकाशे आणि इतर वाचन साहित्याची निवड व खरेदी करणे.

७) आलेल्या वाचन साहित्यावर योग्य संस्कार व सोपस्कार करून त्याची निगा राखणे.

८) नवीन पुस्तकांच्या याद्या व पुस्तकाची वेष्टने लावणे.

९) प्राध्यापक, कर्मचारी व प्राचार्य यांच्या सहकार्याने ग्रंथसप्ताह, वादविवाद स्पर्धा, निबंध स्पर्धा, जयंत्या साजऱ्या करणे.

१०) आंतर ग्रंथालय वाचनसाहित्य देवाणघेवाण सेवा पुरविणे.

११) आर्थिकदृष्ट्या दुर्बल व मागासवर्गीय विद्यार्थ्यांना साहाय्यनिधी आणि बुकबँक सवलतीबाबत माहिती देणे.

१२) झेरॉक्स सेवा, दुर्मीळ ग्रंथ मागणी करताच पुरविणे.

१३) विद्यार्थ्यांना ग्रंथालयाच्या विभागांची माहिती देणे.

१४) वर्तमानपत्रे व मासिकातील महत्त्वाच्या कामाचे कात्रण करून बोर्डावर लावणे.

१५) ग्रंथप्रदर्शन भरविणे व वाचकांना मागताक्षणी तत्काळ ताजी माहिती पुरविणे.

१६) विद्यापीठ व प्राध्यापकांच्या संशोधन कार्यास मदत करणे.

ग्रंथनिवड आणि खरेदी व संग्रह

महाविद्यालयात ग्रंथखरेदी करताना ग्रंथनिवड समितीमार्फत करावी. या समितीचे अध्यक्ष प्राचार्य असतात. ग्रंथपाल हा सचिव असतो व इतर विषयांचे विभागप्रमुख अथवा ग्रंथालयाविषयी आवड असणाऱ्या प्राध्यापकांना सदस्य म्हणून घेतले जाते. या समितीची शिफारस ही प्राध्यापकांच्या शिफारसी विद्यापीठाची आवड व मागणी विचारात घेऊन निवडक, दुर्मीळ, क्रमिक ग्रंथाबरोबरच संदर्भग्रंथाची खरेदी केली पाहिजे.

महाविद्यालयीन ग्रंथालयातील संग्रह यात संदर्भ, क्रमिक, सामान्य ग्रंथांची खरेदी करावी. नियतकालिके, अहवाल, दैनिके, शोधप्रबंध, चित्र, परिषद पुस्तिका, तक्ते, पोस्टर, दृकश्राव्य साधने— यात रेडिओ, टेप, टी.व्ही, व्हीसीआर, संगणक, मायक्रोफिल्म्स— इत्यादीचा संग्रह असावा.

महाविद्यालयीन ग्रंथालयात वाचनसाहित्य किती असावे याबाबत रंगनाथन यांनी सांगितल्यानुसार प्रत्येक १०० विद्यार्थ्यांमागे ५०००ग्रंथसंग्रह असावे असे प्रमाण दिले आहे; तसेच प्रत्येक पदव्युत्तर अभ्यासक्रमासाठी ४०००आंतरिक संग्रह असावा, पीएच.डी. सुविधा असेल तर, ७००० ग्रंथांचा संग्रह असावा, असे सांगितले आहे.

अंदाजपत्रक :

ग्रंथालय विकासासाठी पैसा हा महत्त्वाचा घटक आहे. कोणतेही ग्रंथालय निधीशिवाय समृद्ध होऊ शकत नाही. चांगल्या ग्रंथालयासाठी समृद्ध ग्रंथसंपदा, नियतकालिकांचा संग्रह, विद्यापीठ शिक्षण आणि इतरांकडून होणारा उपयोग यासाठी पैसा लागतो.

उत्पन्नाची साधने

१) महाविद्यालयाच्या अर्थसंकल्पात ग्रंथालयासाठी निधी राखून ठेवणे.
२) विद्यापीठ अनुदानाकडून आलेला निधी अनुदान
३) विद्यार्थ्यांकडून जमा झालेले शुल्क
४) देणगीदाखल ग्रंथ व निधी.

सध्या महाविद्यालयात प्रत्येक विद्यार्थ्यामागे रु. १०० शुल्क आकारण्यात येते.

ग्रंथपालाची गुणवत्ता :

पाचशे विद्यार्थ्यांपर्यंत ग्रंथालयासाठी एक ग्रंथपाल व एक ग्रंथालय परिच मिळते. पुढील प्रत्येक २५०विद्यार्थ्यांमागे एक ग्रंथालय परिचर, १००० विद्यार्थी संख्या झाल्यास एक लिपिक व २००० विद्यार्थी संख्या मागे एक साहाय्यक

ग्रंथपालपदाची मान्यता शासनाकडून मिळते. ग्रंथपालपद हे वरिष्ठ महाविद्यालयीन लेक्चररप्रमाणे असल्यामुळे ते शिक्षक या संज्ञेत येते. एकाकी पद असल्यामुळे यास राखीव पदाचा नियम लागू नाही.

शैक्षणिक पात्रता :

१) विद्यापीठ अनुदान आयोगाची राष्ट्रीय परीक्षा किंवा राज्य शासनाची अधिव्याख्यता ग्रंथपालपदासाठी ठेवलेली राज्य परीक्षा उत्तीर्ण असणे आवश्यक आहे; किंवा ग्रंथालय व माहितीशास्त्रात डॉक्टरेट पदवी.

२) पदव्युत्तर शिक्षण एम.लिब आणि सायन्समध्ये ५५ टक्के मार्क्स व नेट/सेट परीक्षा उत्तीर्ण किंवा पी.एचडी ग्रंथालय

३) संगणक कोर्स

वेतनश्रेणी :

पद	समकक्ष दर्जा	वेतनश्रेणी सहाव्या वेतन आयोगानुसार
ग्रंथपाल	अधिव्याख्याता	१५६०० AGP ६०००-३९१००
वरिष्ठ श्रेणी	अधिव्याख्याता	AGP 7000
निवडश्रेणी	प्रपाठक	AGP 8000 व
		३७४००-६७०००- ९०००

ग्रंथपालास महाविद्यालयातील आवश्यक फर्निचर— यात कॅटलॉग, कॅबिनेट नकाशे, स्टँड, रीडींग टेबल, खुर्च्या,कपाटे, बुककेस, रॅक, वर्तमानपत्रे स्टँड इत्यादी अद्ययावत फर्निचर ठेवणे आवश्यक आहे.

ग्रंथालयात महत्त्वाच्या नोंदवह्या असणे आवश्यक आहे. ग्रंथालयात संगणकीकृत ग्रंथालयासमोर टेलिफोनची स्वतंत्र सुविधा अत्यावश्यक आहे. ग्रंथपालास विद्यार्थी, शिक्षक, संशोधक यांना योग्य ती माहिती संदर्भ देणे आवश्यक असल्यामुळे तो तज्ज्ञ असला पाहिजे.

महाविद्यालयाच्या ग्रंथालयात स्वतंत्र वाचनकक्ष आवश्यक असून तो किमान आठ तास उघडा असावा, रात्रीची अभ्यासाची सोय ग्रंथालयात असावी. ग्रंथालयात अद्ययावत व परिपूर्ण वर्गीकरण, तालिकीकरण असणे अनिवार्य आहे. कारण वाढता ग्रंथसंग्रह लक्षात घेता व वाचकांना तत्काळ ग्रंथ मिळवणे गरजेचे आहे. ग्रंथालयात झेरॉक्स सुविधा, आंतर ग्रंथालय देवघेव सेवा, विद्यार्थ्यांना शिक्षकांना देणे आवश्यक आहे.

सद्य:स्थिती :

२००२ मध्ये भारतात जवळपास ११,५६४ महाविद्यालये होती. एकूण महाविद्यालयात व विद्यापीठात उच्च शिक्षण घेणारे ८५लाख विद्यार्थी आहेत. एकूण उच्च शिक्षण घेणारे भारताच्या लोकसंख्येच्या प्रमाणात केवळ ७ टक्के विद्यार्थी आहेत. हेच प्रमाण ८५लाख विद्यार्थ्यांपैकी १७ टक्के विद्यार्थी व्यावसायिक शिक्षण घेतात व ८३ टक्के विद्यार्थी (७ टक्क्यांपैकी) मूलभूत विषयात उदाहरणार्थ, कला, वाणिज्य व विज्ञान या विषयांत शिकतात. त्यांची ताकद वाढविण्याची गरज आहे. दहाव्या योजनेत यू.जी.सी. तीन सूत्रांत महाविद्यालयास अनुदान देणार आहे. या योजना मागास भागासही लागू आहेत.

विद्यापीठ ग्रंथालय :

आपल्या भारतात उच्च शिक्षणावर नवव्या योजनेत ३२.६५लाख खर्च होतो. दहाव्या योजनेत हा आकडा दुपटीने वाढणार आहे. विद्यापीठ अनुदान आयोगाकडून योजना अंतर्गत एखाद्या विषयात प्रकल्पासाठी व परीक्षा पद्धती सुधारण्यासाठी मोठ्या प्रमाणात तरतूद करण्यात आलेली असून सर्व विद्यापीठे इंटरनेट अंतर्गत जोडण्यात आले असून डाटा बेस तयार करण्यात आला आहे. भारतात सध्या २७८ विद्यापीठे असून दहाव्या योजनेत उच्च शिक्षण घेणाऱ्या (५लाख विद्यार्थी) टक्क्यांवरून १० करण्यात येणार आहे.

विद्यापीठात पदवीनंतरचे जसे एम.ए.,एम.एस.स्सी, एम.कॉम. इत्यादी पदव्यांचे अभ्यासक्रम असतात. त्याचबरोबर एम.फिल, पीएच.डी. यांसारख्या संशोधन पदव्यांसाठी अभ्यास चालू असतो, याशिवाय संशोधन प्रकल्प फेलोशिप हाती घेत असतात. म्हणून विद्यापीठ ग्रंथालयात वाचनीय साहित्य घेताना देशाच्या बाहेरचे ग्रंथसुद्धा घ्यावे लागतात. वेगवेगळ्या विद्याशाखेचे उच्च शिक्षण देणारे केंद्रे म्हणून विद्यापीठाची सध्याच्या युगात फार मोठी भूमिका आहे.

ज्ञानाचे संवर्धन करणे विद्यापीठ ग्रंथालयास आवश्यक असून पुढील सेवा उपलब्ध असतात :

१) आंतर ग्रंथालय देवघेव.

२) आंतरराष्ट्रीय आणि राष्ट्रीय प्रलेखन आणि नेटवर्कची सुविधा.

नाट्यशास्त्रातील प्रशिक्षण सुविधा, संगणकीकृत ग्रंथालयात यू.जी.सी. ची सॉफ्टवेअर फॉन युनिव्हर्सिटी लायब्ररी, विद्यापीठासाठी तयार केलेले इन्फ्लीब्नेट यांनी तयार केले. यामुळे ग्रंथालयशास्त्र व जगातील प्रमाणकाच्या निकषावर व अज्ञावलीची निर्मिती झाली आहे. सोल किंवा तत्सम सॉफ्टवेअरच्या साहाय्याने

प्रामुख्याने विद्यापीठ ग्रंथालय व्यवस्थापनाचे संगणीकरण केले जाते.

विद्यापीठ ग्रंथालयाचे कार्य :

विल्सन आणि टॉबर यांच्या मतानुसार पुढील कार्ये मान्य आहेत :

१) ज्ञान व कल्पनांचे जतन करणे.

२) अध्यापन

३) संशोधन

४) प्रकाशन

५) विस्तार सेवा, भाष्य ही प्रमुख कार्य होत.

इतर कार्य :

१) देशाची प्रगती आणि जनतेचे जीवनमान उंचावण्यासाठी संशोधन कार्यास सतत प्रोत्साहन देणे.

२) ज्ञान, न्याय, धार्मिक, सहिष्णुता, राष्ट्रीय एकात्मता या मूल्यांचा पुरस्कार करणे व प्रचार करणे.

३) विद्यार्थी, प्राध्यापक संशोधनासाठी ग्रंथ- देशी विदेशी नियतकालिकांचे खंड, दृकश्राव्य साधने इत्यादी साधनांद्वारे संदर्भ प्रलेखन व माहिती सेवा देणे.

४) देशातील विविध क्षेत्रात सामाजिक जाणिवेने प्रेरित झालेले बौद्धिक आणि व्यवस्थापकीय नेतृत्व पुरविणे.

सेवा :

१) ग्रंथालयीन सेवा: देवघेव, संदर्भ देणे, अभ्यासिका, ग्रंथालयाचा वापर करण्याबाबत मार्गदर्शन करणे इत्यादी.

२) प्रचलित ज्ञान : ताज्या नियतकालिकांच्या अनुक्रमणिका, निवडक क्षेत्रातील नव्या ग्रंथाची माहिती, विशिष्ट विषयातील नवी माहिती, वृत्तपत्रीय कात्रणे प्रदर्शित करणे.

३) ग्रंथलेख सूची सेवा : एखाद्या विषयातील ज्ञानसाहित्य काढून देणे, ठरावीक विषयातील ग्रंथांची यादी करणे, नव्याने दाखल झालेल्या साहित्याची तालिका दाखवणे. इत्यादी

४) संदर्भसेवा : विशिष्ट विषयावरील सारांश तयार करणे, ठरावीक विषयाचा आढावा, प्रगती, सद्य:स्थिती यासंबंधी टिप्पणी अहवाल तयार करणे.

५) अन्य सेवा : दस्तऐवज मजकुराच्या प्रती काढणे, भाषांतर करणे,

संगणकाच्या साहाय्याने माहिती सेवा देणे.

६) विशेष सेवा : वाचकांचे प्रशिक्षण, ग्रंथप्रदर्शन, ग्रंथयात्रा व विशेष व्याख्याने, प्रात्याक्षिके, कार्यशाळा इत्यादी

कर्मचारी :

विद्यापीठ अनुदान मंडळाच्या ग्रंथालय समितीने पन्नास अभ्यासक्रमांना एक कर्मचारी टेबलावर असावा, अशी शिफारस केली आहे.

ग्रंथालयाचा दर्जा

महाराष्ट्र विद्यापीठ कायदा १९९४ नुसार...

१) ज्या विद्यापीठास ग्रंथालयशास्त्र विभाग नाही किंवा ग्रंथालयशास्त्र विभागप्रमुख प्रपाठकापेक्षा कमी आहे, अशा ठिकाणी विद्यापीठ ग्रंथपाल पदसिद्ध अधिकारी म्हणून काम करील.

२) ज्या विद्यापीठास ग्रंथालयशास्त्र विभाग नाही किंवा ग्रंथालयशास्त्र विभाग प्रमुख प्रपाठक कमी दर्जाचा आहे, अशा ठिकाणी ग्रंथपाल हा विद्यापीठ ग्रंथालयाचा प्रमुख अधिकारी म्हणून कार्य करील. तो विद्यापीठाचा पूर्ण पगारी अधिकारी असेल, तो प्रत्यक्ष कुलगुरूंच्या नियंत्रणाखाली कार्य करेल.

विद्यापीठ ग्रंथपाल हा ग्रंथालय समितीचा सदस्य, सचिव असेल. विद्यापीठ ग्रंथपाल हा प्राध्यापक समकक्ष दर्जाचा असतो. त्याची वेतनश्रेणी ३७४००--६७००० $\frac{\text{AGP}}{१००००}$ आहे.

शैक्षणिक :

अर्हता : पदव्युत्तर स्तरावर संबंधित विषयात (एम.लिब) ५५ टक्के मार्क्स, पीएच.डी. व महाविद्यालयीन ग्रंथपाल अथवा विद्यापीठातील साहाय्यक ग्रंथपाल पदाचा १५वर्षांचा अनुभव; तसेच (PBAS) UGS च्या नियमाप्रमाणे आवश्यक आहे.

विद्यापीठ ग्रंथालयातील संदर्भसेवा माहिती :

१) संदर्भग्रंथ समृद्ध करणे.

२) वर्तमानपत्रे कात्रणे, प्रसिद्धीसाठी ग्रंथ.

३) ग्रंथप्रदर्शन.

४) भाषांतर सेवा पुरविणे.

५) संशोधनास संदर्भ माहिती शोधून देणे.

वेळोवेळी होणाऱ्या ग्रंथालयाशास्त्रातील तंत्रज्ञानाला समाविष्ट होणे. अर्थात यासारख्या उपक्रमात सहभागी होणे व वाचकांना सेवा देणे.

विद्यापीठ ग्रंथालयांचे विभाग :

१) ग्रंथनिवड व खरेदी विभाग.

२) तांत्रिक विभाग.

३) ग्रंथ देवघेव विभाग.

४) संदर्भ विभाग.

५) नियतकालिक विभाग.

६) बांधणी विभाग.

७) झेरॉक्स विभाग.

८) वाचनकक्ष.

९) अहवाल प्रबंध विभाग.

१०) संगणक कक्ष.

११) प्रकाशन विभाग.

१२) भांडारगृह.

विद्यापीठ ग्रंथालये हे त्या विद्यापीठाचे वैभव असते. ग्रंथालयशास्त्रावरील अभ्यास मंडळाचा विद्यापीठ ग्रंथपाल हा सदस्य असतो. ग्रंथालयशास्त्राचा विकास करणे, प्रचार व प्रसार करणे, हे त्याचे प्रमुख कार्य आहे. विद्यापीठ इन्फोब्नेंट अंतर्गत असलेल्या संस्थेकडून अनुदान मिळते. विद्यापीठ अनुदान आयोग देणग्या, विद्यार्थी शुल्क, विद्यापीठाचे प्रकाशन इत्यादी माध्यमांतून मोठ्या प्रमाणात निधी उभारण्यात येतो. त्याचप्रमाणे लोकप्रतिनिधी उदाहरणार्थ, खासदार विकास निधीतून विद्यापीठ ग्रंथालयातर्फे ग्रंथालयासंबधी विविध उपक्रमांत प्रामुख्याने ग्रंथालय व माहितीशास्त्राचे पदवी व पदव्युत्तर प्रशिक्षण संशोधन उजळणी कोर्स, सेमिनार, कृतीसत्र इत्यादी आयोजित करणे आवश्यक आहे.

विद्यापीठातील ग्रंथालयात ग्रंथ निवड समितीच्या तज्ज्ञांच्या शिफारसी विद्यार्थी प्रतिनिधींच्या शिफारसींमधून ग्रंथ खरेदी केली जाते. तसेच वर्गीकरण (दशांश द्विबिंदू किंवा युनिव्हर्सल वर्गीकरण) पद्धतीनुसार केले जाते. तालिकीकरण विद्यापीठ ग्रंथालयात वर्गीकृत तालिका संहिता अँग्लो अमेरिकन तालिका संहितेनुसार होते. प्रलेखन सुविधांचा उपयोग केला जातो. सध्या संगणकीकृत ग्रंथालये होत आहेत.

सार्वजनिक ग्रंथालये :

ग्रंथालय म्हणजे ग्रंथ आणि इतर साधनसामुग्रीचा ज्ञान प्राप्तीसाठी करण्यात

आलेला संग्रह होय. सार्वजनिक ग्रंथालय म्हणजे लोकांनी लोकांसाठी चालवलेले ग्रंथालय होय, अशी माहिती सांगता येईल. अलीकडच्या काळात ग्रंथालयाचे विविध प्रकार निर्माण झालेले आहेत. त्यामध्ये लोकप्रिय प्रकार म्हणजे सार्वजनिक ग्रंथालय हा होय, सार्वजनिक ग्रंथालयाच्या समाजाच्या विकासात महत्त्वाचा सहभाग असतो. अशा सामाजिक संस्थेचा उदय, विकास कसा झाला व त्याच्या वेगवेगळ्या व्याख्या व कार्याचा आढावा देता येईल.

व्याख्या :

बहुजनसमाजातील सर्वसामान्य अशा सर्व लोकांना वाचनसाहित्य माध्यमातून मनोरंजक माहिती आणि नवे ज्ञान देण्यासाठी केलेली सार्वजनिक व्यवस्था म्हणजे सार्वजनिक ग्रंथालय होय.

सार्वजनिक ग्रंथालयाचे वर्णन विविध व्यक्तींनी वेगवेगळ्या प्रकारे आणि वेगवेगळ्या शब्दांत केलेले दिसते. सार्वजनिक ग्रंथालयाच्या विविध कार्यापैकी ज्याला जो पैलू महत्त्वाचा वाटला त्यानुसार त्याचे वर्णन केले. ज्यांना सार्वजनिक ग्रंथालयाचे लोकशिक्षणाचे कार्य महत्त्वाचे वाटले त्यांनी त्याचे वर्णन लोकविद्यापीठ म्हणून केले नि ज्यांना या ग्रंथालयाद्वारे होणाऱ्या साहित्य,कला मनोरंजनाचे आकर्षण वाटले त्यांनी त्यास सांस्कृतिक केंद्र असे म्हटले.

सार्वजनिक ग्रंथालयचे वैशिष्ट्ये :

१) मोफत ग्रंथालय
२) सार्वजनिक पैशातून उदरनिर्वाह
३) स्वयं-शिक्षणाची संस्था
४) वैधानिक मान्यता प्राप्त संस्था
५) माहिती केंद्रे.
६) स्वाध्यायाची केंद्रे.
७) सांस्कृतिक केंद्रे.
८) नि:पक्षपाती सेवाभावी संस्था.
९) मुक्तद्वार ग्रंथालय.

सार्वजनिक ग्रंथालयाची कार्ये :

१) माहिती व ज्ञान देणारी साधने, सर्वांसाठी मुक्तद्वार पद्धतीने उपलब्ध करून देणे.
२) अनौपचारिक स्वाध्यायाच्या कामात मदत करणे.
३) सामाजिक व सांस्कृतिक कार्यक्रमाचे केंद्र म्हणून लोकाभिमुख कामे करणे.

४) लोकशाही मूल्यांचे संवर्धन करण्याच्या दृष्टीने लोकांमधून विचार व जाणीव जागृती करण्यास प्रोत्साहन देणे.

५) समाजातील सर्व नागरिकांना अनौपचारिक शिक्षणाची सोय उपलब्ध करून देणे; तसेच शिक्षण घेत असलेल्या व्यक्तीचे ज्ञान विकसित करणे.

६) सर्वांना माहितीविषयक गोष्टींची पूर्तता करणे.

७) फावला वेळ सत्कारणी लावण्यासाठी सर्वांना प्रोत्साहन देणे.

८) विविध उपक्रमांच्या माध्यमातून सभांसाठी अनौपचारिक शिक्षणाच्या माध्यमातून समाजातील व्यक्तीला ज्ञानार्जन देणे.

९) व्यक्तिगत जीवन सुधारण्यासाठी आणि नागरिकातील अज्ञान दूर करण्यासाठी साधने गोळा करणे.

१०) समाजाला खात्रीची व विश्वसनीय माहिती देणे.

११) बालक, तरुण, पुरुष, महिला यांच्यासाठी स्वतंत्र स्वयं अध्यापनासाठी संधी उपलब्ध करून देणे.

१२) इंटरनेटच्या माध्यमातून सेवा पुरविणे.

१३) शाखा ग्रंथालय, आंतरग्रंथालय देवघेवा सेवा पुरविणे.

जगातील प्रत्येक देशाची प्रगती व्यक्तींनी प्रस्थापित केलेल्या मूल्यावर अवलंबून असते. देशात विज्ञान, तंत्रज्ञान, भौतिक सुविधा किती झाल्या तरी त्यांचे फायदे सर्वसामान्यांपर्यंत पोहोचवण्यासाठी मूलभूत मानवी मूल्यांची जोपासना होणे आवश्यक आहे. सार्वजनिक ग्रंथालयाचे स्वरूप काही विविध अंगांनी बहरलेले आहे. ते समाजातील व्यक्तीच्या शैक्षणिक, सांस्कृतिक व्यावसायिक व ज्ञान संवर्धनाच्या काळात पावलोपावली उपयोगी असते.

भारतात पहिले सार्वजनिक ग्रंथालय कलकत्ता येथे २० ऑगस्ट १८३६ साली स्थापना झाले, आज ते राष्ट्रीय ग्रंथालय म्हणून कार्यरत आहे. प्रत्येक वाचकासाठी, संशोधनासाठी व ग्रंथालयात नाममात्र प्रतिदिन देय शुल्कावर निवासासह अभ्यास करण्यासाठी सुविधा या ग्रंथालयात आहेत.

सार्वजनिक ग्रंथालयाचे उद्दिष्टे :

१) प्रत्येक व्यक्तीला व समाजाला स्वयंशिक्षणासाठी मदत करणे.

२) सर्व विषयातील अद्ययावत ग्रंथ व इतर वाचनसाहित्य, नियतकालिके, पुस्तके इत्यादी संग्रहित करणे.

३) निःपक्षपातीपणे व समतोलपणाने सर्व स्थानिक, राष्ट्रीय आणि आंतरराष्ट्रीय

स्तरावरील मुद्रित वा लिखित ज्ञानसाहित्य कोणताही भेदभाव न करता सर्वांना उपलब्ध करून देणे.

४) अभ्यास संशोधन, तंत्रज्ञ, शेतकरी, कामगार यांना संबंधित विषयातील अधिक माहिती पुरवून त्यांच्या संशोधनाला साहाय्य करणे.

५) प्राचीन वस्तू, स्थानिक परिसरातील माहिती, साहित्य संस्कृतीची माहिती संकलित करून पुढील पिढीसाठी जतन करणे.

६) ग्रंथालयातील समाजाभिमुख साहित्य लक्षात घेता सामाजिक संस्था या निरंतर समाजकल्याणासाठी कार्य करत असतात.

व्यक्तिगत उद्दिष्टे :

१) व्यक्तीला निरंतर शिक्षणाची सवय लावणे व नवसाक्षरांसाठी वाचनीय साहित्य देणे.

२) प्रत्येक व्यक्तीला प्रगत ज्ञान देणे. : आजच्या विद्यार्थ्यांनी शैक्षणिक शिक्षण पूर्ण केल्यानंतर पुन्हा त्या संस्थेतील ग्रंथालयातून त्यांना वाचनीय साहित्य उपलब्ध होत नाही, अशा विद्यार्थ्यांना स्पर्धेच्या युगात टिकून राहण्यासाठी या ग्रंथाचा उपयोग होतो.

३) प्रत्येक व्यक्तीला नवीन विषयाचे ज्ञान देणे, कारण या ग्रंथालयात सर्व प्रकारचे वाचक येतात. बालवाचक, युवक, युवती, प्रौढ, इत्यादी या सर्वांना त्यांच्या आवडी, वय, व्यवसायानुसार नवीन ज्ञान देणे, आवश्यक आहे.

४) व्यक्तीचा सर्वांगीण विकास साधण्यासाठी ज्ञानाबरोबर विविध उपक्रमांच्या माध्यमांतून, कार्यक्रमांतून सर्व स्तरावरील वाचकांचा विकास होण्यास मदत होते. व्यक्तीचा (वाचक)विकास म्हणजे गावचा विकास— पर्यायाने देशाचा विकास असतो.

सामाजिक उद्दिष्टे :

१) संपूर्ण समाजाला सुरक्षित करणे : सर्व प्रकारचे वाचक ग्रंथालयात येतात, त्यांना सुशिक्षित करण्यासाठी, निरक्षरांसाठी साक्षरता, प्रौढ वर्ग चालविण्यात येतात. नवसाक्षरांसाठी पुन्हा ते निरक्षर होऊ नये म्हणून निरंतर वाचनीय साहित्य त्यांना विनामूल्य देण्यात येते.

२) समाजातील अज्ञानाचे उच्चाटन करणे : अंधश्रद्धा, रूढी, परंपरा यातून समाजाचा विकास होत नाही. या व्यक्तींना सामूहिक वाचन, तज्ज्ञांची व्याख्याने, राष्ट्रीय नेत्यांच्या जयंत्या साजऱ्या करणे, यातून त्यांचे

विचार समाजाला तज्ज्ञ व्यक्तींच्या माध्यमातून सांगितले जातात.

३) समाज सुसंस्कृत करणे : यासाठी वडिलधाऱ्या माणसाचा आदर करणे, देशाचा अभिमान- राष्ट्रीय संपत्तीचे जतन करणे, स्थानिक संस्कृतीचे उपक्रमाच्या माध्यमातून समाजासाठी सुसंस्कृत नागरिक बनविण्यास मदत होते. तसेच बालकांना त्यांच्या व्यक्तिमत्त्व विकास इ. माध्यमाच्या साहित्यातून विकास साधला जातो. उदाहरणार्थ सानेगुरुजी व्याख्यानमाला आयोजित करणे.

राष्ट्रीय उद्दिष्टे :

१) भारताला एक प्रगतिशील राष्ट्र बनविणे.

२) भारताचा सर्वांगीण विकास साधेल, असे साहित्य पुरविणे.

३) भारतातील अज्ञानाचे उच्चाटन करणे.

४) भारताच्या आर्थिक, सामाजिक, सांस्कृतिक, वैज्ञानिक प्रगतीची माहिती देणे.

ग्रामीण भागात एक माहिती केंद्र म्हणून माहितीची भर घालता येईल. प्रत्येक गावात सार्वजनिक ग्रंथालय हे माहिती केंद्र म्हणून काम करू शकते. सार्वजनिक आरोग्य, प्रौढ शिक्षण, स्थानिक स्वराज्य संस्था आणि इतर शासकीय योजनांची अद्ययावत माहिती पुरविण्याचे काम या ग्रंथालयाकडून होते.

सार्वजनिक ग्रंथालयात वाचकांच्या प्रकारानुसार सर्व प्रकारचे वाचनीय साहित्य एकूण वर्गवारीनुसार वाचनालयाच्या दर्जानुसार मिळालेल्या अनुदानाचा २५ टक्के रकमेची ग्रंथखरेदी केली जाते. यात २०टक्के बालसाहित्य, साहित्य, ललित, लघुकथा, कादंबरी, कविता, स्पर्धा परीक्षा, संदर्भ, शेतीविषयक, औद्योगिक व जनरल ग्रंथखरेदी केली जाते. फारच कमी सार्वजनिक ग्रंथालयात वर्गीकरण व तालिकीकरण केले गेले आहे. साधारणपणे विषयनिहाय ग्रंथ मांडणी या ग्रंथालयात होते.

अंदाजपत्रक :

सार्वजनिक ग्रंथालयाची प्रमुख उत्पन्नाची साधने: यात वाचकाकडून वर्गणी, अनामत रक्कम, शासकीय अनुदान, देणग्या, राजा राममोहन रॉय ग्रंथालय प्रतिष्ठानची विविध अनुदाने, स्थानिक स्वराज्य संस्था इत्यादी माध्यमांतून निधी गोळा करण्यात येतो. वाचनालयाच्या दर्जानुसार शासनाकडून एकूण खर्चाच्या मर्यादेत ठरावीक अनुदानाच्या रक्कमेवर ९० टक्के अनुदान देण्यात येते. यात १० टक्के हिस्सा हा संस्थेचा असतो. एकूण खर्चाच्या (वाचनालय दर्जानुसार

मर्यादित) ५० टक्के खर्च हा वेतनावर होतो. एकूण उर्वरित ५० टक्के परीक्षण अनुदान, २५ टक्के ग्रंथखरेदी उर्वरित अनुदान वाचनीय साहित्य, इमारत भाडे, विद्युत बिल, प्रवास, छपाई, स्टेशनरी, ऑडिट फी, सांस्कृतिक कार्यक्रम इत्यादीवर खर्च होतो.

भारतात पहिले सार्वजनिक ग्रंथालय १८३५ साली कलकत्त्यात काही व्यक्तींनी एकत्र येऊन स्थापन केले. भारतात सार्वजनिक ग्रंथालयाचा विकास, वाढ, संवर्धन, आर्थिक स्वास्थ्यासाठी पहिल्यांदा झाला. ग्रंथालय कायदा १९४८ साली मद्रास येथे रंगनाथन यांच्या पुढाकाराने झाला. भारतात आज जवळपास ६० हजारांच्या वर सार्वजनिक ग्रंथालय असून २०१२ पर्यंत महाराष्ट्रात शासनमान्य कार्यरत १२,००० ग्रंथालये होती.

या ग्रंथालयांच्या वाढीसाठी शासन,नागरिक,ग्रंथालय कार्यकर्ते, वाचक यांचा सिंहाचा वाटा आहे. 'गाव तेथे ग्रंथालय' या शासनाच्या उद्दिष्टपूर्ततेसाठी आर्थिक तरतूद कमी होत आहे. परंतु या उद्दिष्ट पूर्ततेसाठी नोंदणीकृत संस्थेचा उत्साह मोठा दिसून येतो.

महाराष्ट्रातील शासकीय/सार्वजनिक ग्रंथालये : संख्यात्मक विश्लेषण :

महाराष्ट्रातील शासकीय ग्रंथालये आणि शासनमान्य अनुदानपात्र असणारी सार्वजनिक ग्रंथालये संख्यात्मकदृष्ट्या किती आहेत, हे जाणून घेण्याचा प्रयत्न केला असता सद्यःस्थिती दिसून येते.

सारणी :

महाराष्ट्रातील शासकीय /सार्वजनिक ग्रंथालये : संख्यात्मक विश्लेषण

(३१ मार्च २०१०)

अ.क्र	कार्यालय	एकूण ग्रंथालये
१	राज्य मध्यवर्ती ग्रंथालय	१
२	शासकीय विभागीय ग्रंथालये	६
३	डॉ.बाबासाहेब आंबेडकर संदर्भ ग्रंथालय,दापोली	१
४	शासकीय जिल्हा ग्रंथालये	३०
५	सार्वजनिक ग्रंथालये	१०७३०
	जिल्हा 'अ'	३५

	जिल्हा 'ब'	निरंक
	तालुका 'अ'	११५
	तालुका 'ब'	१३०
	तालुका 'क'	३६
	इतर 'अ'	१३४
	इतर 'ब'	१, ५५५
	इतर 'क'	३, २२५
	इतर 'ड'	५, ५००
	एकुण सार्वजनिक	१०, ७३०
	उप-केंद्रे	१७५
	संशोधन संस्था	३५
	ग्रंथालय संघ	४०
	एकूण	१०, ९८०

सारणी १ वरून असे दिसून येते की, महाराष्ट्रातील प्रत्येक विभागासाठी एक याप्रमाणे सहा विभागीय ग्रंथालये, तर ३५ जिल्ह्यापैकी ३० ठिकाणी शासकीय जिल्हा ग्रंथालये, एक संदर्भ ग्रंथालय, तर संशोधन ग्रंथालयाची संख्या ३५, तर १०७३० सार्वजनिक ग्रंथालये असल्याचे दिसून येते. महाराष्ट्रात ४० ग्रंथालय संघाच्या माध्यमातून ग्रंथालय चळवळीचा प्रचार आणि प्रसार केला जातो.

सार्वजनिक ग्रंथालये कर्मचारी आणि ग्रंथसंग्रह :

महाराष्ट्रातील १०७३० सार्वजनिक ग्रंथालयीत कार्यरत असलेले कर्मचाऱ्यांच्या संख्येबाबत आणि उपलब्ध असलेल्या ग्रंथसंग्रहाबाबतची माहिती सारणी क्र. २ मध्ये दिली आहे.

सारणी : २ वरून असे दिसून येते की, सार्वजनिक ग्रंथालयांत एकूण १८,२८३ कर्मचारी असून सर्वांत जास्त ६,५२२ कर्मचारी 'क'वर्ग ग्रंथालयात आहेत, तर त्या खालोखाल ५,५०० 'ड' वर्ग ग्रंथालयात आहेत.

या ग्रंथालयातील एकूण ग्रंथसंग्रह १,७५,९६,०००एवढा असून सार्वधिक ग्रंथालय ८४,२५,००० हा 'ब' वर्ग ग्रंथालयात आहे, तर त्या खालोखाल 'अ'वर्ग ग्रंथालयात ४२,६०,००० एवढा ग्रंथसंग्रह आहे, तर ग्रंथालयातील १,६४० प्रती ग्रंथालय सरासरी ग्रंथालय सरासरी ग्रंथसंग्रह आहे.

सारणी : २

सार्वजनिक ग्रंथालये कर्मचारी आणि ग्रंथसंग्रह

वर्ग	कर्मचारी	सरासरी प्रती ग्रंथालय	ग्रंथसंग्रह	सरासरी प्रती ग्रंथालय
'अ' वर्ग ग्रंथालये (१५०)	१,२०६	८	४२,६०,०००	२८,४००
'ब' वर्ग ग्रंथालये (१६८५)	५,०५५	३	८४,२५,०००	५,०००
'क'वर्ग ग्रंथालये (३२६१)	६,५२२	२	३२,६१,०००	१,०००
'ड'वर्ग ग्रंथालये (५५००)	५,५००	१	१६,५०,०००	३००
एकूण	१८,२८३	१.७०	१,७५,९६,०००	१,६४०

सार्वजनिक ग्रंथालयावर झालेला खर्च :

२००७-०८ ते २००९ -१० या मागील तीन वर्षात सार्वजनिक ग्रंथालयांच्या विविध घटकांवर किती खर्च झाला, याचे विवरण सारणी : ३ मध्ये दिले आहे.

सारणी क्र. ३ वरून असे दिसून येते की, वेतन आणि इतर भत्ते तसेच वाचन साहित्य /फर्निचर खरेदी यावर नियमाप्रमाणे ५०.५० या प्रमाणात खर्च झाल्याचे दिसते. तर ग्रंथालय इमारत बांधकामावर २००७-०८ च्या तुलनेत २००९-१०मध्ये जास्त खर्च झाल्याचे स्पष्ट होते.

मान्यताप्राप्त सार्वजनिक ग्रंथालयांच्या परीक्षण अनुयानात वाढ शासन निर्णय क्रमांक २१ फेब्रुवारी २०१२ नुसार पडताळणी करता येणार, असा आदेशानुसार दि. १.४.२०१२ पासून वाढ मिळणार.

विशेष ग्रंथालय

१) राष्ट्रीय ग्रंथालय :

प्रस्तावना :

ग्रंथालयांच्या वेगवेगळ्या प्रकारांपैकी राष्ट्रीय ग्रंथालय हा एक महत्त्वाचा प्रकार आहे. पाश्चिमात्त्य राष्ट्रामध्ये जी औद्योगिक क्रांती व परिवर्तन झाले त्यातून राष्ट्रीय ग्रंथालय -ही संस्था अस्तित्वात आली. विविध क्षेत्रात झालेली प्रगती व विकास याचा

परिणाम म्हणून राष्ट्रीय ग्रंथालयाची वाढ विविध बाजूंनी होत आहे. राष्ट्रीय ग्रंथालयाचे स्वतंत्र आंतराष्ट्रीय जाळे स्थापित करावे व विकास प्रगती साध्य करावी.

व्याख्या :

शासकीय अर्थसाहाय्यावर चालविले जाणारे ग्रंथालय. राष्ट्रीय ग्रंथालय ही कॉपीराईट ग्रंथालय असते. या ग्रंथालयातील पुस्तकाचा उपयोग संदर्भासाठीच केला जातो. राष्ट्रीय ग्रंथालये परदेशात प्रकाशित झालेले पुस्तके खरेदी करू शकतात व त्याद्वारे आपला संग्रह वाढवू शकतात.

सारणी : ३

सार्वजनिक ग्रंथालये कर्मचारी आणि ग्रंथसंग्रह

अ.क्र.	अनुदानाचे प्रकार	२००७-०८	२००८-०९	२००९-१०
१	वेतन आणि इतर भत्ते	२२,२४,९५,०००	२३,७६,२१,०००	२४,९५,३६,०००
२	वाचनसाहित्य/ फर्निचरची खरेदी	२२,२४,९५,०००	२३,७६,२१,०००	२४,९५,३६,०००
३	ग्रंथालय इमारत बांधकाम	८,५५,००,०००	४,४०,००,०००	८,५५,००,०००
	एकूण	५३,०४,९०,०००	५१,९२,४२०००	५८,४५,७२,०००

वरील व्याख्या राष्ट्रीय ग्रंथालय म्हणून महत्त्वपूर्ण ठरतात. राष्ट्राचा बौद्धिक, सांस्कृतिक वारसा भावी पिढीसाठी जतन करणे होय.

युनेस्कोची व्याख्या :

१) देशात प्रकाशित झालेली सर्व प्रकाशने संग्रहित करतात.

२) राष्ट्रीय ग्रंथालये संग्रहालय म्हणून कायद्यान्वये तरतुदीनुसार काम करतात.

शासन निर्णय २१ फेब्रुवारी २०१२ नुसार वर्गणीदार सदस्य, वृत्तपत्रे व नियतकालिका सुधारणा स्थानिकाप्रमाणे :

ग्रंथालयाचा दर्जा	सुधारित संस्था वाचक सदस्य	वृत्तपत्रे संस्था	नियतकालिके संस्था
'अ'	५००	९६	७५
'ब'	२५०	०६	२५
'क'	१००	०४	१०
'ड'	५०	०४	०६

महाराष्ट्रातील सार्वजनिक ग्रंथालये देय कर्मचारीवर्ग

ग्रंथालयाचा दर्जा	ग्रंथपाल	सहा. ग्रंथपाल	देवघेव सहा.	लिपिक	सेवक	एकूण
जिल्हा अ	०१	०१	०१	०१	०२	०६
जिल्हा ब व तालुका अ	०१	०१	०१	०१	---	०४
इतर अ	०१	०१	०१	०१	---	०४
तालुका ब	०१	---	---	०१	०१	०३
इतर ब	०१	---	---	०१	०१	०३
तालुका क	०१	---	---	---	०१	०२
इतर क	०१	---	---	---	०१	०२
इतर ड	०१	---	---	---	---	०१

सार्वजनिक ग्रंथालये अनुदान पद्धत

ग्रंथालयाचा दर्जा	२००४-०५	२०१२-२०१३
जिल्हा अ	४८००००	७२००००
जिल्हा अ	२५६०००	३८४०००
इतर अ	१९२०००	२८८०००
जिल्हा ब	२५६०००	३८४०००
तालुका ब	१९२०००	२८८०००
इतर ब	१२८०००	१९२०००
इतर ब	९६०००	१४४०००
इतर क	६४०००	९६०००
इतर ड	२००००	३००००

३) राष्ट्रीय ग्रंथसूची तयार करतात.

४) राष्ट्रीय सूची संदर्भ केंद्र म्हणून काम करतात.

५) राष्ट्रीय संयुक्त तालिका तयार करतात.

वरील व्याख्या युनेस्कोने १९७० मध्ये भरविण्यात आलेल्या ग्रंथालयविषयक चर्चासत्रात केली आहे.

राष्ट्रीय ग्रंथालयाची कामे :

१) ग्रंथसंग्रह व त्याचे जतन करणे :

राष्ट्रीय ग्रंथालयामध्ये त्या त्या देशातील प्रकाशनामधून प्रकट होणारी बुद्धिमत्ता कला, प्रतिभा व प्रज्ञा यांचा मध्यवर्ती ठिकाणी समग्ररूपी संग्रह करणे. ग्रंथ प्रयत्नाने गोळा करणे व त्याचा संग्रह करणे.

२) माहितीचे वितरण करणे :

राष्ट्रीय ग्रंथालयात एकत्रित करण्यात आलेले ग्रंथ ते वाचनीय साहित्य यांची माहिती जिज्ञासू वाचकांपर्यंत पोहोचविणे.

३) राष्ट्रीय ग्रंथसूची बनविण्याचे कार्य :

ग्रंथ, वाचनीय साहित्य आणि इतर अनुमुद्रित सामग्री यांच्या राष्ट्रीय स्तरावरील समग्रसूची बनवणे, हेही काम राष्ट्रीय ग्रंथालय करीत असतो. राष्ट्रीय ग्रंथसूची म्हणजे एखाद्या विशिष्ट देशातील विशिष्ट वर्षी एकूण किती व कोणती पुस्तके प्रकाशित झाली त्याचे वर्णन करणारी समग्रसूची तयार करणे होय.

४) वाचकांना दिली जाणारी सेवा :

वाचकांना व अभ्यासकांना वाचन साहित्य आणि संदर्भ साधने उपलब्ध करण्याचे कार्य राष्ट्रीय ग्रंथालयामार्फत केले जाते. गंभीर स्वरूपाचे अध्ययन व संशोधन करणाऱ्या वाचकांना त्यांच्या अनुकूल सुविधा निर्माण करून देण्याचे कार्य होय.

संशोधकाला संदर्भ साधने, विविध सूची व त्याचबरोबर अद्ययावत तांत्रिक सुविधा दिल्या जाणे, शासन तसेच देशातील उद्योग व्यवसाय केंद्रांना विशेष प्रकारची माहिती, सेवा देणे, साहित्याची अद्ययावत मायक्रोल्मिंची करण्याची सुविधा पुरविणे.

राष्ट्रीय ग्रंथालयाचा इतिहास

भारताचे राष्ट्रीय ग्रंथालय हे भारताच्या राज्य घटनेतील केंद्रीय सूचीमधील परिशिष्टे कलम ६२ अन्वये स्थापन करण्यात आले आहे. त्याचा तीन कालखंडांत विकास झाला आहे.

पहिला कालखंड : (१८३५ते १९०३) कलकत्ता पब्लिक लायब्ररी :

भारताच्या राष्ट्रीय ग्रंथालयाला १८३५ साली कलकत्ता शहरातील प्रतिष्ठित व व्यासंगी मंडळींनी एकत्र येऊन स्थापन केले. १८४४ मध्ये हे ग्रंथालय एका प्रशस्त इमारतीत स्थलांतरित करण्यात आले. ही इमारत तात्कालिक गर्व्हनर जनरल लॉर्ड मेटकॉम यांच्या सन्मानार्थ उभारण्यात आली. १८५७ नंतर या

ग्रंथालयास इंग्रजांनी मदत देण्यास बंदी केली व नंतर कलकत्ता नगरपरिषदेने १८५९ पासून आपल्या ताब्यात घेतले.

दुसरा कालखंड : (१९०३ ते १९४७) दि इम्पीरिअल लायब्ररी :

१८९९ मध्ये भारताचा व्हॉइसरॉय व गर्व्हनर जनरल लॉर्ड कर्झन याने या ग्रंथालयास भेट दिली व सर्व अधिकार विकत घेऊन सुधारणा केली. शासनाच्या अखत्यारीतील इम्पीरिएल लायब्ररीस जोडले. १९०३ साली त्याने या लायब्ररीचे नामकरण केले व १९५४ साली डिलिव्हरी ऑफ बुक्स हा कायदा अस्तित्वात आला. नंतर हे ग्रंथालय राष्ट्रीय ठेव ग्रंथालय बनले.

पूर्वीच्या काळी कलकत्ता पब्लिक लायब्ररीचाला प्यारीचंद मिश्रा, नंतर बिपिनचंद्र पाल यांच्यासारखे जाणते ग्रंथपाल लाभले होते.

तिसरा कालखंड : १९४८ नंतर भारतीय राष्ट्रीय ग्रंथालय

१९४८ साली आपल्या राष्ट्रीय नेत्याने इम्पीरियल लायब्ररीचे रूपांतर देशाच्या राष्ट्रीय ग्रंथालयामध्ये केले. भारताचे पहिले गर्व्हनर जन. जी. राजगोपालचारी यांनी कलकत्ता येथील व्हॉईसरॉयचा राजवाडाच त्यांच्या जवळची, आसपासची जागा ग्रंथालयासाठी उपलब्ध करून दिली. बी. एस. कशवन यांची राष्ट्रीय ग्रंथालयाचे पहिले ग्रंथपाल म्हणून निवड करण्यात आली. अशा या कलकत्ता पब्लिक लायब्ररीचे भारतीय राष्ट्रीय ग्रंथालय १९५३ रोजी मौलाना कलाम आझाद यांच्या हस्ते राष्ट्राला अर्पण करण्यात आले.

राष्ट्रीय ग्रंथालयाची इतर कार्ये व सेवा :

१) भारतातील डिलीव्हरी ऑफ बुक्स १९५६ या कायद्यानुसार प्रसिद्ध प्रकाशनाची एक प्रत कलकत्ता येथील 'सेंट्रल रेफरन्स लायब्ररीकडे', दुसरी प्रत मद्रास येथील 'कोष्णामोरा पब्लिक लायब्ररी' आणि तिसरी प्रत मुंबई येथील 'एशियटीक सोसायटीच्या ग्रंथालयांकडे पाठवावी लागते. या ग्रंथांची सूची तयार करून प्रसिद्ध केली जाते.

२) भारतातील सर्व भाषेचे प्रसिद्ध झालेले साहित्य मिळवणे.

३) १९५४ पूर्वी प्रसिद्ध झालेले व ग्रंथालयात उपलब्ध नसलेले साहित्य मिळवणे.

४) इतर देशांतील प्रकाशने ठेव प्रत म्हणून स्वीकारणे.

सेवा :

१) आंतरग्रंथालयातील देवघेव

२) ग्रंथसूची सहाय्य देणे, संदर्भ सेवा देणे.

३) छायाचित्रे, झेरॉक्सिंग, मायक्रोफिल्म्स सेवा
४) ग्रंथालयाची छापील तालिका तयार करणे.
५) नॅशनल लायब्ररी न्यूजलेटर व इतर प्रकाशने प्रसिद्ध करणे.

कर्मचारीवर्ग :

भारत सरकारच्या 'मनुष्यबळ विकास मंत्रालया'अंतर्गत या राष्ट्रीय ग्रंथालयाचा कारभार चालतो. राष्ट्रीय ग्रंथालयावर प्रमुख हा संचालक असून त्याला साहाय्य करणारे ग्रंथालयात एकूण ८५० कर्मचारी पदे आहेत. जवळपास २६६ कर्मचारी ग्रंथालय शास्त्रातील प्रशिक्षण घेतलेले आहेत. उर्वरित निरनिराळ्या क्षेत्रातील तज्ज्ञ आहेत.

१) प्रमुख ग्रंथालय आणि माहिती अधिकारी
(ग्रंथपाल सकस दोन दर्जाचा ग्रंथपाल आहे.)
२) ग्रंथालय आणि अधिकारी उपग्रंथपाल समकक्ष दर्जाचे पाच आहेत.
३) साहाय्यक ग्रंथपाल आणि माहिती अधिकारी एकूण ३९ आहेत व इतर उर्वरित कर्मचारी आहेत.

ग्रंथसंग्रह :

या ग्रंथालयात २,२४,०५० एवढे वाचन साहित्य उपलब्ध असून दिनांक ३१/३/०२ अखेर भारतीय भाषेतील एकूण ग्रंथसंख्या ५,४८,८५६ होती. हस्तलिखित ८६००८, चालू नियतकालिके ३२२७, बांधीव खंड १,७८३२ वर्तमानपत्रे एकूण संख्या ९९८, शासकीय प्रकाशन ४३,६८४, देणगी ग्रंथ ५२,३९३४, ग्रंथ प्रदान कायद्यान्वये जमा होणारी ग्रंथ ८९९३६. देणगी ग्रंथाने एकट्या रामदास मुखर्जी यांनी ८४०००चा संग्रह भेट दिला आहे.

आधुनिक यंत्रणा :

१९८७ मध्ये ग्रंथालयात संगणक कक्षाची स्थापना करण्यात आली. १९९१मध्ये संगणक केंद्रात पीसीएटी २८६ मायक्रो कम्प्यूटरची भर पडली. या कम्प्यूटरवर २ पीन आयटी प्रिंटर जोडला गेला. 'इंटरनॅशनल डेव्हलपमेंट रिसर्च सेंटर', ओटावा यांच्याकडून हे (MINISIS,CDS,ISIS)(NISSAT) हे सॉफ्टवेअरकडून मिळाले. सॉफ्टवेअर सूची नियंत्रणासाठी ही डाटाबेस तयार करण्यासाठी वापरले जाते. तसेच प्रकाशनासाठी डी.टी.पी. ची सुविधा या ग्रंथालयात कार्यान्वित आहे.

इमारत :

या ग्रंथालयाची इमारत चार भागांत विभागली असून ही इमारत कलकत्ता

शहरात बेल्वेडियर परिसरात अलीपूर भागात आहे व दुसरी इमारत एस्टनकड विभागात आहे. या इमारतीचे चटई क्षेत्र २,४५,६९६चौरस फूट आहे. ग्रंथालयाच्या कंपाऊंड वॉलचे क्षेत्र ३० एकर असून ग्रंथालयातील ग्रंथसंग्रहाच्या कपाटातील असलेले क्षेत्र ३२ मैल आहे. वाचनकक्षात एका वेळी ५६४ वाचक बसतील एवढी क्षमता आहे.

जोड विभाग इमारतीमध्ये नऊ मजल्यावर आहे. त्यात तळमजल्यावर नकाशे, दुर्मीळ ग्रंथ, नॉनबुक मटेरियल आहे. दुसऱ्या मजल्यावर इंग्रजी भाषा, नियतकालके इतर देशांची प्रकाशने असा जोड विभाग आहे. तिसऱ्यात ब्रिटिश संसद पेपर, नियतकालिके इतर देशांची प्रकाशने आहेत. चौथ्या मजल्यावर अंतरिक्ष संग्रह वातानुकूलीत असा आहे. यात वाचनकक्षाची सोय आहे. पाचव्या मजल्यावर ब्रिटिश वसाहत गॅजेट, संस्कृत भाषा संग्रह आहे. सहाव्या मजल्यावर बांधणी न केलेले वाचनसाहित्य आहे. सातव्या मजल्यावर युरोपियन ग्रंथ, उर्दू-अरेबिक-चायनीज इत्यादी ग्रंथ आहेत. आठव्या मजल्यावर ग्रंथ प्रयत्न कायद्यांतर्गत ग्रंथ आहेत, बांधणी खंड इत्यादी.

अर्थसंकल्प :

२००१ वर्षाच्या अर्थसंकल्पात योजना अंतर्गत २५,००,००० खर्च झाला व योजनेतर अनुदानात एकूण खर्च ८५०,००,०००एवढा होता. प्रकाशनाच्या खरेदीसाठी झालेला खर्च १२०,२७,९२० एवढा होता.

वेळ :

ग्रंथालय वर्षातून ३६२ दिवस उघडे असते. १५ ऑगस्ट आणि २६जानेवारी रोजी फक्त बंद असते. तसेच युनियन कॉलेज ऑफ आयआयटी उपयोगात आणला गेला असून देशातील सर्व नागरिकांना सेवा दिली जाते.

विशेष ग्रंथालय आणि माहिती केंद्रे :

विशेष ग्रंथालयाचे अस्तित्व २०व्या शतकात आणि माहिती केंद्रे या सुसंघटित आधुनिक तंत्रज्ञानाने समृद्ध झालेले दिसते. विसाव्या विशेष ग्रंथालय व माहिती केंद्रे हे एकाच प्रकारची कामे करतात असे जाणवते; पण त्यांच्या कार्याच्या व वाचकांना दिल्या जाणाऱ्या सेवा याबाबत दोघांमध्ये फरक आहे.

विशेष ग्रंथालय ही विविध उद्दिष्टे डोळ्यांसमोर ठेवून काम करतात. उदाहरणार्थ, शिक्षण संशोधनास मदत करणे, सांस्कृतिक मूल्यांचे जतन करणे व एखाद्या विशिष्ट ज्ञान क्षेत्रापुरती अथवा मर्यादित विषयापुरती अशी विशेष माहिती पुरविणे किंवा माहिती विशेष सेवा देणे हाच विशेष ग्रंथालयाचा एकमेव

आणि मुख्य हेतू असतो.

वाचकांचा खास वर्ग :

विशेष कार्यक्षेत्र एखाद्या किंवा विशिष्ट विषयाच्या संदर्भात असलेली वेगवेगळ्या आणि त्यानुसार या ग्रंथालयात जमविण्यात आले की त्यांच्या स्वरूपानुसार टेक्निकल लायब्ररी, औद्योगिक माहिती केंद्र, संशोधन माहिती, केंद्र, संशोधन माहिती सेवा केंद्र अशा प्रकारची नावे दिलेली आढळतात.

कार्य :

विशेष ग्रंथालये प्रामुख्याने दोन प्रकारची माहिती सेवा पुरविते आणि त्यामुळेच विशेष ग्रंथालयाच्या कामकाजाचे स्वरूप हे माहिती सेवेवर अवलंबून असते. पहिली वाचकांच्या मागणीवर प्रतिसाद म्हणून ग्रंथालयातर्फे विविध संदर्भ माहिती पुरवणे व दुसरी वाचकांच्या अपेक्षेनुसार प्रलंबित सारळेखर सूची अनुवादन या प्रकारची सेवा पुरवावी लागते.

१) ग्रंथ संग्रहाचा विकास : यात अनेक पेटंटस् व्यावसायिक माहिती देणारी प्रकाशने असतात.

२) ग्रंथसंग्रह प्रक्रिया व संघटन :

यात संस्थेने अंगीकृत केलेले प्रकल्प योजना, संदर्भसूची, सारांश, भाषांतर सेवा व अन्य संदर्भ सेवाची मांडणी केली जाते.

माहिती केंद्रे व विशेष ग्रंथालय :

यातील एक महत्त्वाचा फरक म्हणजे विशेष ग्रंथालयाद्वारे केवळ मातृसंस्थेतील वाचकांना सेवा पुरविली जाते. या उलट माहिती केंद्राद्वारे सामान्य विशिष्ट विषयांमध्ये रस असणाऱ्या अभ्यासकांना, समूहाला सुद्धा माहिती पुरवावी लागते.

फिरते ग्रंथालय :

वेगवेगळ्या प्रकारच्या ग्रंथालयांच्या माध्यमातून वाचकांना वेगवेगळ्या सेवा उपलब्ध होतात. तसेच फिरत्या ग्रंथालयाद्वारे वाचकांना अनेक प्रकारच्या सेवा उपलब्ध होतात. फिरत्या ग्रंथालयाचा मुख्य उद्देश हा ग्रामीण भागातील वाचक ग्रंथालयाच्या सोयी सुविधापासून वंचित राहू नये, हा आहे. जे लोक ग्रामीण भागात राहातात त्यांना ग्रंथालयाद्वारे ग्रंथालयीन सेवा दिल्या जातात.

फिरते ग्रंथालय ही सेवा प्रामुख्याने सार्वजनिक ग्रंथालयातर्फे दिली जाते. काही खाजगी सेवाही पुरविल्या जातात. 'ब' दर्जाचे किंवा 'अ' दर्जाची ग्रंथालये या गावची लोकसंख्या ५०० च्या आत आहे. अशा गावात शासन मान्यता ग्रंथालय कार्यान्वित करता येत नाही, त्याला अनुदान मिळत नाही, अशा गावात

'अ' आणि 'ब' दर्जाचे सार्वजनिक ग्रंथालये फिरते ग्रंथालय सुरू करतात. परिसरातील गावात आठ दिवसांतून एक दिवस सेवा चावडी, ग्रामपंचायत, बाजारपेठ इत्यादी ठिकाणी सेवा दिली जाते. अशा ग्रंथालयासाठी 'राजा राममोहन रॉय ग्रंथालय प्रतिष्ठान'कडून ३० हजारापर्यंत अनुदान मिळू शकते. यात उदाहरणार्थ, सायकल पेटी, मोटारगाडी इत्यादी सेवा देण्यात येते.

यात प्रामुख्याने आतील बांधणीच्या गाड्या व बाहेरील बांधणीच्या गाड्याच्या व्यवस्थेसाठी केला जातो. अशा फिरत्या ग्रंथालयामुळे देशातील वस्ती, वाड्या, तांडे, लहान खेडे या सर्वांना ग्रंथालयीन सुविधा व्यवस्थित दिली जाऊ शकते.

बाल ग्रंथालय :

आजचे बालक उद्याचे नागरिक व देशाचे आधारस्तंभ असतात म्हणूनच लहानपणापासून मुलांवर चांगले संस्कार रुजवण्याचा प्रयत्न पालकांनी केला पाहिजे. भविष्यकाळात प्रौढ वाचक तयार करणे, हे बालग्रंथालयाचे मुख्य उद्दिष्ट असते. समाजातील प्रत्येक व्यक्तीला ग्रंथ पुरविणे हे ग्रंथालयाचे कार्य असते. १९५५ साली युनेस्कोतर्फे ग्रंथालयात बाल विभागाची सोय असावी, असा ठराव केला. यात 'अ' आणि 'ब' दर्जाच्या ग्रंथालयात बाल विभाग स्वतंत्र असणे अनिवार्य आहे. तसेच स्वतंत्र बाल वाचनालय आहेत. एकूण ग्रंथखरेदीच्या २० टक्के बालवाङ्मय खरेदी करणे आवश्यक आहे.

मुलांना आवडणारी चित्रे, मोठ्या अक्षरांची पुस्तके, पऱ्यांच्या कथा, रंगीबेरंगी चित्रे, गुळगुळीत कागद असलेले ग्रंथ, प्राण्यांची ओळख, आकृती, नकाशे असे साहित्य ठेवावे.

मुलांना आवडणारे ग्रंथ ग्रंथालयात खरेदी करावेत. बालवाचनालयात वयानुसार गट पाडून त्यांना सेवा पुरवाव्यात. उदाहरणार्थ ३ते ९ वर्षाचा गट, १० ते १४ वर्षाचा गट तयार करावा. 'राजा राममोहन रॉय ग्रंथालय प्रतिष्ठान'कडून बाल विभाग समृद्ध योजनेअंतर्गत २५ हजार अनुदान देय होते.

त्याचप्रमाणे महिला विभाग समृद्ध योजनेसाठी पंधरा हजार अनुदान देण्यात येते व ज्येष्ठ नागरिक विभागासाठी दहा हजार अनुदान राजा राममोहन रॉय ग्रंथालय प्रतिष्ठान कोलकत्ता, यांच्याकडून देण्यात येते.

औद्योगिक ग्रंथालय :

समाजाचा विकास हा उद्योगधंद्यावर अवलंबून असतो. जर समाजात उद्योगधंदे विकसित झाले, तर त्याचा उत्कर्ष होतो. समाजासोबतच देशाचा विकास होतो, त्यासाठी उद्योगधंद्यामध्ये व्यवस्थापन करणाऱ्या मंडळाला तसेच

तज्ज्ञ संचालकाला लागणारी माहिती पुरविण्याचे महत्त्वाचे काम आहे. ते औद्योगिक ग्रंथालयाला करावे लागते. उत्पादन तंत्रात नवीन साहित्य जमा करणे, नवीन माहिती, नवीन ज्ञान पुरविण्याचे कार्य करावे लागते. जगातील देशातील राज्यातील वस्तूचे दररोजचे बाजारभाव इत्यादी कार्ये ग्रंथालयास करावी लागतात. या ग्रंथालयांना वाचनसाहित्य निवड करताना उद्योगधंद्याच्या ध्येय-धोरणाच्या व्याप्ती लक्षात घेऊन ग्रंथखरेदी करावी लागते.

वेगवेगळे उद्योग, त्यांचे तंत्रज्ञान, गुणवत्ता बाजाराची परिस्थिती, सरकारी धोरणे, योजना, फायदे, नियम, सुविधा त्यातील बद्दल इत्यादी माहिती ग्रंथालयात असावी.

रुग्णालयातील ग्रंथालय :

समाजातील प्रत्येक व्यक्तिला ग्रंथालय सेवा पुरविणे हे ग्रंथालयाचे महत्त्वाचे कार्य आहे. रुग्णदेखील एक समाजाचा घटक आहे. त्यासाठी ग्रंथालय सेवा पुरविणे. हे ग्रंथालयाचे महत्त्वाचे कार्य आहे. कारण रुग्णावस्थेत व्यक्ती ग्रंथालयात जाऊन ग्रंथ वाचन करू शकत नसते. अशा ग्रंथालयाचा विचार इंग्लडमध्ये प्रथम झाला. पहिल्या महायुद्धात जखमी सैनिकांसाठी अशी ग्रंथालये अस्तित्वात आली. या ग्रंथालयात मनोरंजनात्मक साहस कथा, औषधाची माहिती, शल्य चिकित्सा क्षेत्राची लक्षणे, कारणे, उपाय, नियतकालिके व्यायामविषयक साहित्याची गरज असते.

बऱ्याच वेळा रुग्णालयात अनेक महिने रुग्ण असतात. अशा रुग्णांना झोपून वाचण्याची सुविधा असते व आनंददायी वाचन साहित्य या ग्रंथालयात ठेवावे लागते. अशा रुग्णांना त्याचा उपयोग झाला पाहिजे.

अंधासाठी ग्रंथालय :

अंध म्हणजे आंधळे; ज्यांना डोळ्याने दिसत नाही असे लोक. अशा अंध व्यक्तींसाठीसुद्धा ग्रंथालय आवश्यक असतात. आपणाला प्रश्न पडेल, हे तर आंधळे, त्यांना लिहिता-वाचता येत नाही. मग ग्रंथाचा त्यांना उपयोग काय? पण अंध व्यक्तींना पण लिहिता-वाचता येते. पण त्यांच्यासाठी वेगळी लिपी तयार करण्यात आलेली आहे व तिचे नाव ब्रेल लिपी आहे. अशा लोकांसाठी ब्रेल एफ व मनु लिपीतील साहित्य उपयोगाचे ठरते.या लिप्या त्यांना केवळ स्पर्शज्ञानाने वाचता व लिहिता येतात ते या लिपीमुळे वेगवेगळ्या प्रकारची वाद्येसुद्धा वाजवू शकतात. त्यामुळे असे शक्य तेवढे साहित्य संग्रहित करणे आवश्यक आहे. या व्यक्तींपैकी अनेक व्यक्ती नोकरी करू शकतात; तसेच

रेल्वे स्टेशनवर गाडीसाठी अनाऊन्स करण्यासाठी या व्यक्ती उपयोगी पडतात.

शासकीय ग्रंथालय :

राजकीय नेते, पुढारी लोकप्रतिनिधी यांच्यासाठी तसेच शासकीय खात्यात काम करणारे अधिकारी व इतर कर्मचारी अशांना शासकीय कामकाजाच्या अनेक गोष्टींसाठी या ग्रंथालयाचा उपयोग होतो.

सेवा :

१) शासकीय संशोधन व राजनीतितज्ज्ञ अधिकारी, वर्गणी प्रलंबन व संदर्भ सेवा देणे.

२) आमदार, खासदार, नामदार, आदींना वेगवेगळी माहिती देणे, संदर्भ देणे.

३) शासकीय सेवांबाबतची माहिती संग्रहित करणे.

४) वार्षिक अहवाल, अर्थसंकल्प चौकशी साहित्याचे अहवाल संग्रहित ठेवणे.

५) नियतकालिके, पेपर कात्रणे व अंक उपलब्ध करून देणे.

या ग्रंथालयाची स्थापना १८०४ रोजी हाफिकन इन्स्टिटय़ूट येथे भरलेल्या सभेत नावारूपाला आली. प्रथम १८०५ मध्ये लिटररी सोसायटीने ६७५१ एवढ्या रकमेस 'वैद्यकीय लिटररी ग्रंथालय', मुंबई हे खरेदी केले. हेच ग्रंथालय महाराष्ट्राचे राज्य मध्यवर्ती ग्रंथालय आहे.

ग्रंथालयास प्रेस ॲन्ड रजिस्ट्रेशन ऑफ बुक्स ॲक्ट १८६७ आणि डिलिव्हरी ऑफ बुक्स ॲन्ड न्यूजपेपर्स ॲक्ट १९५४ अंतर्गत देय रूपात भारतात प्रकाशित होणारे ग्रंथ तसेच वर्तमानपत्रे विनामूल्य प्राप्त होतात.

'एशियाटेक सोसायटीच्या ग्रंथालया'त जवळपास २००० हस्तलिखिते आहेत. या ग्रंथालयाची संस्था बॉम्बे पब्लिक ट्रस्ट ॲक्ट १९५० अन्वये नोंदणीकृत असून पी.टी.आर. इ.१०२० बॉम्बे असा आहे. संस्थेचे उद्देश कला, नैसर्गिक शास्त्र, सामाजिक, शास्त्रे, मानव तत्त्वज्ञान इत्यादी विषयावरील संशोधनास प्रोत्साहन देणे, ग्रंथालयाचे व्यवस्थापन करणे इत्यादी. सध्या या ग्रंथालयात एकूण २.५ लाख ग्रंथ आहेत.

एकूण कर्मचारी ३३ असून वार्षिक वेतनावर ११लाख रुपये सरासरी खर्च होतो. एकूण वाचक सभासद संख्या २५९२आहे. एकूण वार्षिक सांस्कृतिक कार्यक्रम जवळपास २५ आहे. ग्रंथालयात एकूण व विभाग आहे एकूण सरासरी वार्षिक खर्च ४५ लाख आहे.

कार्ये :

१) राज्य ग्रंथालय पद्धतीने यथायोग्य कामे पार पाडण्यासाठी ग्रंथ तसेच इतर वाचन साहित्याचे रक्षण करणे.

२) प्रेस ॲन्ड रजिस्ट्रेशन ऑफ बुक्स ॲक्ट १८६७ अन्वये प्राप्त झालेल्या ग्रंथसंग्रहाचा विकास व रक्षण करणे.

३) अंतर ग्रंथालय देवघेव केंद्र म्हणून कार्य करणे.

४) तज्ज्ञ संशोधकासाठी साहाय्य करणे.

५) समृद्ध संदर्भ संग्रहाचे रक्षण करणे व सेवा पुरविणे.

६) राज्यातील ग्रंथालय चळवळ वाढविणे.

७) मराठीतील जुने, दुर्मीळ ग्रंथ जमविणे व त्याचे संगोपन करणे.

८) अपंगांसाठी रुग्णसेवेचे आयोजन करणे.

९) सेमिनार, कॉन्फरन्स आणि ग्रंथप्रदर्शन आयोजित करणे.

१०) विभागीय ग्रंथालयातल्या साधनांची व्यवस्थित मांडणी करून घेणे.

ग्रंथालयाची जागा :

सध्या चार वेगवेगळ्या ठिकाणी राज्य मध्यवर्ती ग्रंथालयाचा ७,२५,३४१एवढा ग्रंथसंग्रह संग्रहित आहे.

वेळ -कार्यालयीन वेळ ९.३० ते ६.३०आहे.

कर्मचारीवर्ग :

एकूण १९६ कर्मचाऱ्यांची आवश्यकता आहे. मात्र सध्या फक्त ९१पदे मान्य असून त्यापैकी ८ रिक्त आहेत, एकूण २ कर्मचारी कार्यरत आहोत. १९४४ अखेर प्रेस ॲन्ड रजिस्ट्रेशन ऑफ बुक्स ॲक्ट विभागात २,२६,१९७ एवढे ग्रंथ होते.

ग्रंथालय सेवा :

१) वर्तमानपत्रे आणि नियतकालिके विभाग : या विभागाच्या १९३९मध्ये २,७५,०००आहेत, तर दिवशी जवळपास १०००वाचक या विभागाचा वापर करतात.

२) नवीन ग्रंथांचे प्रदर्शन

३) संदर्भ सेवा

४) ग्रंथाची तोंड ओळख

५) इतर सेवा

६) झेरॉक्स

७) बालविभाग

८) स्पर्धा परीक्षा ग्रंथ विभाग

९) सांस्कृतिक उपक्रम

१०) भेटी : राज्य मध्यवर्ती ग्रंथालयाच्या १९९९ मध्ये ग्रंथखरेदी एकूण मोर्चा ३,१५,६००० होता व एकूण ग्रंथालयातील स्पर्धा १००,२८,००० एवढा होता.

O O O

४. ग्रंथालय चळवळ

समाजातील कोणतेही कार्य एखाद्या व्यक्तीकडून पार पाडले जात नसते तर त्याला समाजातील अनेक लोकांच्या सहकार्याची गरज असते आणि जेव्हा सहकार्य हा शब्द येतो, तेव्हा जिव्हाळा आपुलकीचे संबंध तेथे येतात. सध्याचे युग हे संघटनेचे युग आहे, कारण कोणतेही कार्य संघटनेच्या माध्यमातून जेवढे लवकर अथवा व्यवस्थित होते तेवढे एकट्या व्यक्तीकडून होत नाही.

स्वातंत्र्यपूर्व काळातील ग्रंथालय चळवळीकडे पाहिल्यास असे दिसते की, बडोद्याचे श्रीमंत संभाजीराव गायकवाड यांनी त्यांच्या संस्थानात अगदी नियोजनबद्ध चळवळीचा प्रारंभ केला. त्यांनी १९१०-१३ दरम्यान चळवळीचे पहिले पाऊल टाकले.

प्राचीन भारतातील ग्रंथालय चळवळ :

ग्रंथालयाचा प्रथम उल्लेख नलदीवर ग्रंथात आढळतो की जो संगम काळातील ३६ तामिळी ग्रंथापैकी एक आहे. चिनी प्रवासी हे पाचव्या शताब्दीच्या आरंभात (३९९ -४१४) भारतात आला. त्याने त्याच्या लिहिलेल्या लेखात उल्लेख केला आहे. चिनी प्रवासी ह्युएन त्सिंग की जो ६७५-८६५मध्ये महान एक ग्रंथालय होते. या पुस्तकाचा प्रवासी चिनी व्यक्तीने प्रमत ग्रंथालय नालंदा विद्यापीठाचे ग्रंथालय होते. मोगल काळात ग्रंथालयाच्या इमारतीचे शिल्प तात्कालीन शिष्याला साजेसे होते. मूपोत्र,कानडे सदरील ग्रंथ विषयावर ठेवले होते. वाराणसीचे कवी प्राचार्य राजा भोज, जयसिंह, बिकानेरचा राजा अनुपसिंह येथील राज ग्रंथालयातील संग्रह अंबरचा राजा दुसरा जयसिंग याने १७२४ च्या सुमारास जयपूर येथे ग्रंथालयाची स्थापना केली.

१) पहिल्या पंचवार्षिक योजनेत राज्य मध्यवर्ती ग्रंथालये होती. ९६ जिल्हा

ग्रंथालये अस्तित्वात आली. जिल्हा ग्रंथालयाच्या विकासासाठी ८८,९१,४९९ मंजूर केले. ९६ जिल्हा ग्रंथालयांपैकी आसाममध्ये ७ ग्रंथालये, पश्चिम बंगाल १७, बिहार १२, मध्य प्रदेश २२, राजस्थान २४, सौराष्ट्र ५, भोपाळ २.

२) दुसऱ्या पंचवार्षिक योजनेत २४० कोटी रुपये खर्च करण्याची तरतूद होती त्यापैकी १४० लाख रुपये खर्च ग्रंथालयावर झाले.

३) तिसऱ्या पंचवार्षिक योजनेत ग्रंथालय विकासावर जास्त लक्ष पुरविण्यात आले. शिवाय ग्रंथालय कर्मचाऱ्यांना नवीन वेतनश्रेणी घोषित करण्यात आली. शिवाय पाठ पंचायत ग्रंथालये ५०००फिरती ग्रंथालये; तसेच २५० वाचनालयांना १०,१०,००० रुपये अनुदान देण्यात आले.

४) चौथी पंचवार्षिक योजनेत शिक्षणावर ८७३कोटी खर्च केला. ज्यामध्ये केवळ २९ कोटी सार्वजनिक ग्रंथालयावर खर्च केले गेले.

५) पाचवी पंचवार्षिक योजना (१९७४-७९) या योजनेत युवा केंद्रे ब्लॉक लायब्ररीत आणि सर्व खेड्यांचे जाळे यांचे कार्यक्रमावर पाठबळ होते. ग्रंथालय कार्यक्रमांतर्गत राज्य आणि मध्यवर्ती ग्रंथालयाच्या इमारती, ग्रंथखरेदी, कर्मचारी, जिल्हा ब्लॉक, ग्रामीण ब्लॉक आणि या जिल्हा ग्रंथालयाच्या विकासासाठी आरआरएफने १९७२ मध्ये साहाय्य मिळाले. कला व सांस्कृतिक यासाठी रु.१२८५ कोटींची तरतूद होती त्यापैकी २४.३४ कोटी ग्रंथालयासाठी होती यामध्ये आरआरएफची निर्देशित केली.

६) सहावी योजना (१९७६-८३) या योजनेत ग्रंथालयावरील तरतुदींचा कसलाच उल्लेख नाही तथापि शिक्षणावर १९८६ कोटींची तरतूद होती. त्यातील १४८६ कोटी राज्यासाठी होती आणि ५०० कोटी राज्यासाठी होते आणि ५०० कोटी रु. केंद्रासाठी होती. कला व सांस्कृतिसाठी रुपये ६५ कोटी होते.

७) सातवी पंचवार्षिक योजना (१९८५-९०) नियोजन आयोगाचे अध्यक्ष म्हणून राजीव गांधी होते. त्यांनी १५-३५वयोगटातील लोकांना साक्षर करण्याचे उद्दिष्ट प्रौढ शिक्षणांतर्गत समोर ठेवले. याद्वारे ग्रंथालयाचे जाळे आणि नवसाक्षरसाठी साहित्य विकसित करण्याची योजना होती. 'राजा राममोहन रॉय ग्रंथालय प्रतिष्ठान' निरनिराळ्या

राज्यांना १९८६-८७ मध्ये ६३.८७ लाख रकमेचे साहाय्य केले. यामध्ये महाराष्ट्राचा हिस्सा १०.९७ व प्रतिष्ठानचे रु. ३.००लाख असा होता.

○   ○   ○

५. ग्रंथालय संघ

ग्रंथालय संघाची कल्पना प्रथम अमेरिकेत मांडण्यात आलेली आहे. 'अमेरिकन लायब्ररी असोसिएशन' शिकागो इ.स. १८७६ मध्ये स्थापना झाली. भारतात १९९१मध्ये ग्रंथालय संघाची स्थापना झाली. 'अखिल भारतीय ग्रंथालय संघ' मद्रासमध्ये संपन्न झाला. हा संघ स्थापण्याचे श्रेय आंधप्रदेश ग्रंथालय संघास जाते.

महाराष्ट्रात अधिकृतपणे १९२१मध्ये ग्रंथालय संघाची स्थापना झाली या संघाचे अध्यक्ष तात्यासाहेब केळकर होते.

ग्रंथालय संघाची उद्दिष्टे :

१) देशामध्ये, राज्यामध्ये, जिल्ह्यामध्ये विविध ग्रंथालय पद्धती विकसित करण्यासाठी प्रयत्न करणे.

२) ग्रंथालयांना लागणारा निधी, इमारत, साधनसामग्री, ग्रंथालय सेवक यासाठी आवश्यक तो निधी मिळविण्यासाठी योजना सादर करणे. मागण्यांचा पाठपुरावा करणे.

३) ग्रंथालय सेवकाची वेतनश्रेणी, सेवाशर्ती आणि दर्जा उंचावण्यासाठी प्रयत्न करणे.

४) वाचकांमध्ये वाचनाची गोडी उत्पन्न करण्यासाठी कार्यक्रम आखणे.

५) सार्वजनिक ग्रंथालय कायदा मंजूर करण्यासाठी प्रयत्न करणे.

६) ग्रंथालय सेवकांना प्रशिक्षण देणे.

७) ग्रंथालयामध्ये सहकार्य प्रस्थापित करणे.

८) शासन, स्थानिक स्वराज्य संस्था, ग्रंथविक्रेते, प्रकाशन आणि इतर संबंधित ठिकाणी ग्रंथवाचक आणि ग्रंथालय सेवकांच्या प्रश्नाबाबत प्रतिनिधित्व करणे.

९) ग्रंथालय चळवळ समाजामध्ये पसरविण्यासाठी प्रयत्न करणे.

१०) सूची संशोधन आणि प्रकाशनला उत्तेजन देणे.

११) ग्रंथालयशास्त्राच्या प्रशिक्षणासाठी व संशोधनासाठी प्रयत्न करणे.

महाराष्ट्र राज्य ग्रंथालय संघ :

१ मे १९६० साली महाराष्ट्र राज्याचे स्वतंत्र राज्य स्थापन झाले. महाराष्ट्र राज्य ग्रंथालय संघाची स्थापना १९६२ साली करण्यात आली. या संघामध्ये चार विभागीय ग्रंथालय संघ समाविष्ट करण्यात आले ते खालीलप्रमाणे :

१) मुंबई ग्रंथालय संघ स्थापना १९४२

२) महाराष्ट्र ग्रंथालय संघ १९४९

३) विदर्भ ग्रंथालय संघ १९५८

४) मराठवाडा विभाग ग्रंथालय संघ स्थापना- १९५९

महाराष्ट्र राज्य वा ग्रंथालय संघाचे एकूण २५ सदस्य आहेत. यामध्ये प्रत्येक ग्रंथालय संघाचे आपापले ५ प्रतिनिधी नेमून द्यायचे असतात. त्यानंतर या २०सभासदांनी विभागीय संघातून प्रत्येकी एक याप्रमाणे सभासद स्वीकृत करून घ्यावयाचे असतात. (त्यानंतर या २०सभासदांनी विभागीय संघातून प्रत्येकी एक या प्रमाणे सभासद स्वीकृत करून द्यावयाचे असतात) याशिवाय अध्यक्ष हे नियामक मंडळाचे सभासद असतात. संघामध्ये दैनंदिन कारभार पाहण्यासाठी व धोरणाची कार्यवाही करण्यासाठी एक व्यवस्थापक मंडळ स्थापन करण्यात आले आहे. नियामक मंडळाच्या सदस्यांनी आपापल्या प्रत्येक विभागीय ग्रंथालय संघाचे दोन प्रतिनिधी निवडून द्यावयाचे असते. अशा तऱ्हेने हे व्यवस्थापक मंडळ तयार होते. या व्यवस्थापक मंडळाचा प्रत्येक विभागातून आणखी एक प्रतिनिधी स्वीकृत करून घेता येतो. याप्रमाणे बारा सभासदांचे व्यवस्थापक मंडळ राहाते. यात एक कार्याध्यक्ष एक कोषाध्यक्ष, असे प्रतिनिधी असतात.

कार्य :

१) महाराष्ट्र राज्य ग्रंथालय परिचय या नावाने दरवर्षी महाराष्ट्रातील सर्व ग्रंथालय, संघ, ग्रंथालय सेवक यांचे अधिवेशन भरविणे.

२) जिल्हा ग्रंथालय संघाची अधिवेशने, परिषदा, कार्यशाळा, चर्चासत्रे भरविणे.

३) ग्रंथपालन वर्गाचे आयोजन करणे.

४) संघाचे मुखपत्र व वाचनालय चालविणे.

५) ग्रंथालयांना माहिती देणे, मार्गदर्शन करणे.

६) ग्रंथालयांना द्यावयाच्या अनुदानात समस्याबाबत तोडगा काढणे.

विभाग ग्रंथालय संघ :

बडोदा ग्रंथालय संघाची स्थापना १९१० मध्ये झाली. त्या नंतर आंध्र प्रदेश १९१४, बंगाल १९२७, मद्रास १९२७, महाराष्ट्र मुंबई ग्रंथालय संघ १९४२, महाराष्ट्रात पुढीलप्रमाणे विभागीय ग्रंथालय संघ आहेत.

१) महाराष्ट्र राज्य ग्रंथालय संघ - १९४९

२) विदर्भ ग्रंथालय संघ - १९५८

३) मराठवाडा विभाग ग्रंथालय संघ - १९५९

कार्य :

१) ग्रंथालय परिषदा, संमेलने, चर्चासत्रे विभागीय स्तरावर भरविणे.

२) ग्रंथपालन वर्ग चालवणे.

३) ग्रंथालयाचा अर्ज अडीअडचणी शास्त्रज्ञांपुढे व व्यवस्थापकीय मंडळापुढे मांडणे.

४) ग्रंथालय सेवकांची वेतनश्रेणी व जीवनमान उंचावण्याचा प्रयत्न करणे.

५) ग्रंथालयांना जास्तीत जास्त अनुदान मिळविण्यासाठी प्रयत्न करणे. अशाच प्रकारे महाराष्ट्रात अनेक जिल्हा ग्रंथालय संघ स्थापन झाले. या जिल्हा ग्रंथालय संघास संचनालय कार्यालयाकडून वार्षिक दोन हजार अनुदान मिळते.

जिल्हा ग्रंथालय कार्य :

जिल्हा ग्रंथालय संघाची घटना व नियमावली शासनाकडून बदल करण्यात आली आहे. यात आजीव सदस्य किंवा सलग दोन वर्षे वर्गणी भरणाऱ्या सदस्यांना मतदानाचा अधिकार असतो.

सभासद संस्थेच्या घटना व नियमावली नोंदविण्यास जे सभासद कारणीभूत असतील व ज्यांनी ज्ञापणावर सह्या केल्या असतील ते संस्थापक सभासद असतील.

आजीव सभासद :

रुपये २०० भरून व्यक्तीला आजीव सभासद होता येते. तसेच आपल्या प्रत्येक विभागीय ग्रंथालय संघाचे दोन प्रतिनिधी निवडून द्यावयाचे असतात. अशा तऱ्हेने हे व्यवस्थापन मंडळ तयार होते. हे व्यवस्थापन मंडळ कोणत्याही संस्थेस रुपये एक हजार वर्गणी एकाच रकमेने घेऊन संस्थेस आजीव सभासद होता येते.

सन्माननीय सभासद :

विविध क्षेत्रातील तज्ज्ञ, प्रतिष्ठित व्यक्तींना सन्माननीय सभासद होता येते. परंतु त्यांना मतदानाचा हक्क राहाणार नाही.

शुल्क :

१) संस्था सभासद जिल्हा ग्रंथालय रुपये १०० वार्षिक वर्गणी २५

२) 'क' वर्ग वाचनालय वार्षिक १५

३) 'ड' वर्ग वाचनालय वार्षिक १०

४) इतर संस्था वार्षिक वर्गणी रु. १० भरून सभासद होता येते.

कार्य :

१) ग्रंथपालन वर्ग चालविणे अथवा ग्रंथालयासाठी प्रशिक्षण देणे, संशोधन करणे.

२) जिल्ह्यात ग्रंथालय चळवळ वाढीस प्रयत्न करणे.

३) साहित्य प्रकाशित करणे.

४) ज्ञानाचा, ग्रंथालयाचा प्रचार व प्रसार करणे

५) जिल्ह्यातील ग्रंथालयांना सहकार्य व मार्गदर्शन करणे.

कार्यकारी मंडळाचे अधिकार व कर्तव्य :

१) जिल्हा संघाचे उद्देश व साधने यांना अनुसरून जिल्हा संघाच्या सर्व दैनंदिन कार्याची व्यवस्था पाहणे.

२) जिल्हा संघाच्या वार्षिक योजनेत कार्य योजना उपलब्ध वार्षिक अर्थसंकल्प तयार करून मान्यता घेणे.

३) जिल्हा ग्रंथालय सभेच्या सर्वसाधारण सभेने संमत केलेल्या आठरावांची कार्यवाही करणे.

४) जिल्हा संघाच्या स्थावर जंगम मालमत्तेची व्यवस्था करणे.

५) जिल्हा ग्रंथालय, संमेलने, ग्रंथप्रदर्शने, चर्चासत्रे, मार्गदर्शन शिबिरे इत्यादी. आयोजित करणे.

६) ग्रंथालय शास्त्रातील संशोधन प्रशिक्षण कार्यक्रम निश्चित करणे.

उद्देश :

१) ग्रंथालय चळवळ वृद्धिंगत व्हावी म्हणून संघाचे बळकटीकरण व समृद्धीकरण करणे.

२) ग्रंथालयशास्त्रातील प्रशिक्षणाची व्यवस्था करणे.

३) ग्रंथालयीन कार्यात संशोधन करून सुधारणा घडवून आणणे.

४) ग्रंथालयविषयक ग्रंथ, पुस्तके, नियतकालिके व अन्य साहित्य आणि ग्रंथालयाविषयक इतिहास प्रसिद्ध करून उपलब्ध करणे.
५) वाचकांची रुची वृद्धिंगत करण्यासाठी प्रयत्न करणे.
६) सार्वजनिक ग्रंथालये वाचक व ग्रंथालय सेवकांचे विविध प्रश्न आणि समस्या सोडविणे.
७) ग्रंथालय सेवा संचलनालय विभाग व राज्य ग्रंथालय सेवकांचे विविध प्रश्न व समस्या सोडविणे.
८) ग्रंथालयविषयक आर्थिक— प्रशासकीय कार्य करणे. ग्रंथालयाचे एकंदरीत कार्यात आवश्यक तेथे सुधारणा सुचविणे.
९) ग्रंथालयशास्त्रावर चर्चासत्रे, परिषदा, परिसंवाद, सभा, संमेलने अभ्यास शिबिरे, अधिवेशने आणि संगणकीकरणाची आवश्यकता इत्यादी बाबी विभाग व राज्य ग्रंथालय संघाच्या सहकार्याने पार पाडणे.
१०) इतर ग्रंथालय संघटनांशी सहकार्य करणे विभाग व राज्य ग्रंथालय संघाला सहकार्य घेणे व देणे.

साधने :

वरील उद्दिष्टांच्या पूतर्तेसाठी ग्रंथालय संघ पुढील साधनांच्या गरजेनुसार वापर करील.

१) ग्रंथालयविषयक निरनिराळ्या योजना आखणे व त्याची प्रसिद्धी करणे.
२) नवीन ग्रंथालये, फिरती वाचनालये व ग्रंथालय संघ स्थापन करण्यासाठी साहाय्य करणे.
३) अशा संस्थांना इमारत, जागा साधनसामुग्री प्रशिक्षण ग्रंथालय कर्मचारी वर्ग पुरविण्यासाठी योजना आखणे.
४) ग्रंथालयाच्या अभिलेखासाठी संगणकीकरण व इतर तत्सम स्वरूपाच्या आधुनिक पद्धतीबाबत सविस्तर योजना आखणे.
५) ग्रंथालय शास्त्रविषयक अध्ययन, अध्यापन व संशोधनास उत्तेजन देणे. ग्रंथ, नियतकालिके इतिहास व अन्य साहित्याच्या प्रकाशनास लागणारे सर्व प्रकारचे साहित्य उपलब्ध करून देण्याची योजना कार्यान्वित करणे.
६) आर्थिक बल प्राप्त करून देण्यासाठी अर्थविषयक योजना आखून त्याची अंमलबजावणी करणे.
७) जागा-दान, विकत व भाडेपट्टीने खरेदी करणे. इमारत बांधणे व इमारत विकत घेणे.

८) शासनाच्या इतर घटकांच्या साहाय्याने प्रौढ शिक्षण, जनजागरण इत्यादी प्रकल्प राबविणे.

९) खरेदी, विक्री, अनुदान, देणग्या, सभासद शुल्क ठेव अनामत, स्थावर व जंगम मालमत्ता भाड्याने देणे किंवा घेणे. उसनवार कर्ज गहाणवट रोखे इत्यादी बाबत ग्रंथालयासाठी व ग्रंथालय संघाच्या हितासाठी राबविणे.

प्रत्येक जिल्ह्याच्या ठिकाणी जिल्हा ग्रंथालय संघ ही एकच संस्था असते. संस्थेवर एकूण २१ सभासद असतात. एकूण कालावधी तीन वर्षाचा असतो. ३१ जानेवारीपर्यंत निवडणुका पार पडल्या पाहिजेत. एकूण निवडणूक घ्यावयाच्या २१ सभासदांना संस्था प्रतिनिधी (जिल्हा वाचनालय व इतर वाचनालय) १० सदस्य असतील, व्यक्ती स्वरूप सदस्य एकूण ६ सार्वजनिक ग्रंथालय कर्मचारी (पैकी २ महिला) एकूण ५ सदस्य असतील.

एकूण २१ कार्यकारी मंडळ सदस्यातून पदाधिकारी निवडणूक होते यात एक अध्यक्ष, एक उपाध्यक्ष, एक सचिव, एक सहसचिव व एक कोषाध्यक्ष असेल. उर्वरित कार्यकारिणी सदस्य असतील. वरील सदस्यामधून मराठवाडा विभाग ग्रंथालय संघाच्या कार्यकारिणी सदस्यात चार नावे ठरावाद्वारे द्यावी लागतात. ते चार सदस्य विभाग ग्रंथालय संघाच्या कार्यकारी मंडळाचे सदस्य असतील. जिल्हा ग्रंथालय संघ हा शासन मान्यता प्राप्त असून वार्षिक अनुदान दोन हजार मिळते व अधिवेशन घेतल्यास अधिवेशनासाठी रुपये ३५० शासनाकडून प्राप्त होतात; तसेच ग्रंथपाल वर्ग शासन मान्य प्रशिक्षण कर्मचाऱ्यांना देता येते.

○ ○ ○

६. महाराष्ट्र राज्य सार्वजनिक ग्रंथालय कायदा १९६७ ची वैशिष्ट्ये व तरतुदी

कोणत्याही समाजामध्ये कायद्याला फार महत्त्व आहे, कारण कायद्यामुळे समाजामध्ये व्यवस्था स्थापन होते. कायद्यामुळेच समाज सुरक्षित आहे. तसा कायदा हा प्रत्येक ठिकाणी आवश्यक आहे. कायदा हा व्यवस्थापनाचा आत्मा आहे.

कायद्याचा अर्थ :

कायदा म्हणजे नियम किंवा संकेत होय. ग्रंथालयांचे दैनंदिन व्यवहार सुरळीतपणे पार पाडण्यासाठी त्या त्या ग्रंथालयांनी त्या त्या ग्रंथालयास घालून दिलेले नियम संकेत किंवा पद्धती म्हणजे ग्रंथालय कायदा होय.

ग्रंथालय कायद्याची आवश्यकता :

१) सार्वजनिक ग्रंथालय पद्धती निर्माण करण्यासाठी कायद्याचा आधार लागतो.

२) ग्रंथालय कायदा लोकनियुक्त प्रतिनिधी असलेले विधिमंडळ मंजूर करत असते. ही एक लोकशाही प्रक्रिया आहे.

३) कायद्याच्या आधारे ग्रंथालय सेवा उपलब्ध करून देण्याचा तो मार्ग आहे. त्यामुळे सेवा देण्यामध्ये सातत्य राहते.

४) ग्रंथालय कायद्यामुळे ग्रंथालयांना सातत्याने आर्थिक साहाय्य मिळण्याची खात्री पटते. तसेच विनासायास आर्थिक साहाय्य मिळू शकते.

५) ग्रंथालय कायद्यामुळे सर्वांना ग्रंथालय सेवा मोफत उपलब्ध होते.

भारतामध्ये पहिला सार्वजनिक ग्रंथालय कायदा मद्रास येथे १९४८ ला संमत झाला. तो 'तामिळनाडू लायब्ररी ॲक्ट' १९४८ हा होय. त्यानंतर 'हैदराबाद पब्लिक लायब्ररीत ॲक्ट' १९६० 'कर्नाटक, व म्हैसूर पब्लिक लायब्ररी ॲक्ट' १९६५ व नंतर 'महाराष्ट्र सार्वजनिक ग्रंथालय अधिनियम'

१९६७ होय. मणिपूर १९८८, केरळ १९९९, हरियाणा १९९९ इत्यादी

राज्यपाल यांची संमती मिळाल्यानंतर महाराष्ट्रात शासन राजपत्रात दि. २० डिसेंबर १९६७ रोजी महाराष्ट्र अधिनियम क्र. ३४ महाराष्ट्र राज्यात सार्वजनिक ग्रंथालयाची स्थापना परिरक्षण संघटन व विकास यासाठी तरतूद करण्याबाबत अधिनियम केला आहे.

ग्रंथालय कायद्याची वैशिष्ट्ये :

महाराष्ट्र ग्रंथालय कायद्यामध्ये वेगवेगळ्या संज्ञाच्या व्याख्या चांगल्या प्रकारे दिलेल्या आहेत. यामध्ये पुस्तक समिती, पूरकता परिषद संचालक, जिल्हा-तालुका विभाग, महानगरपालिका, नगरपालिका सार्वजनिक ग्रंथालय वर्ग इत्यादी.

१. राज्य ग्रंथालय परिषद

अधिनियमाच्या अंमलबजावणीशी संबंधित असलेल्या सर्व बाबींवर राज्य सरकारला हवाला देण्यासाठी ही परिषद काम करते. या परिषदेचे शिक्षण राज्यमंत्री हे पदसिद्ध अध्यक्ष असतील, तर ग्रंथालय संचालक हे सचिव म्हणून काम पाहातील. या परिषदेत स्थानिक सदस्य असतात.

१) शिक्षण खात्याचे सचिव.
२) राज्याचे चॅरिटी कमिशनर.
३) महाराष्ट्र विधानसभेचे दोन सदस्य
४) महाराष्ट्र विधान परिषदेचा एक सदस्य-
५) नगरपालिकांचा एक प्रतिनिधी- त्याची निवड शासन करते.
६) प्रत्येक विभागातील नगर परिषदांचा आणि जिल्हा परिषदांचे एकेक प्रतिनिधी असतात.
७) महाराष्ट्र ग्रंथालय संघाचे अध्यक्ष आणि प्रत्येक विभागाचा एक याप्रमाणे चार प्रतिनिधी.
८) महाराष्ट्र साहित्य महामंडळाचे अध्यक्ष आणि राज्य शासनाने ग्रंथालय तज्ज्ञ म्हणून नामनिर्देशन केलेल्या चार तज्ज्ञ व्यक्ती.

वरील सर्व व्यक्ती ठरावांद्वारे ग्रंथालय चळवळ वृद्धिंगत करीत असतात. तसेच ग्रंथालय कायद्याचे पालन करण्यासाठी प्रयत्न करतात. ही परिषद ग्रंथालय विकासाचा धोरणात्मक आराखडा तयार करून ग्रंथालयाच्या विकासाला चालना देण्याचे काम करते. या परिषदेची वर्षातून एकदा सभा बोलविण्यात येते व त्या सभेत ग्रंथालयाचे प्रश्न व अडचणी या बाबत विचारविनिमय होऊन निर्णय

घेतले जातात.

२. ग्रंथालय संचलनालय आणि ग्रंथालय संचालक :

ग्रंथालय कायद्याची अंमलबजावणी व्यवस्थित करण्यासाठी एक ग्रंथालय संचालनालय स्थापन करण्यात आले आहे. त्याचे प्रमुख म्हणून ग्रंथालय संचालक कार्य करीत असतात. ग्रंथालय संचालक हे पूर्ण वेळ ग्रंथालयशास्त्र उच्च विद्याविभूषित प्रशिक्षित अधिकारी पद आहे. राज्य सरकार योग्य ती शैक्षणिक पात्रता, अनुभव इत्यादी बाबी लक्षात घेऊन संचालकपदी निवड करते.

ग्रंथालय विभाग :

राज्यातील ग्रंथालयात एकसूत्रीपणा यावा या हेतूने कायद्यामध्ये ग्रंथालय विभागाची स्थापना प्रकरण ३ कलम ८ (१) अन्वये करण्याचे प्रयोजन आहे. त्यानुसार महाराष्ट्रात एकूण सहा विभागांतर्गत सार्वजनिक ग्रंथालयावर नियंत्रण ठेवले जाते हे विभाग मुंबई, पुणे, नागपूर, नाशिक, औरंगाबाद, अमरावती इत्यादी ठिकाणी आहेत.

ग्रंथालय संचालक :

प्रकरण ३ कलम ८ (२) मध्ये राज्य शासनाची देखरेख, निर्देश व नियोजन यांच्या आधीन राहून राज्य सरकारकडून ग्रंथालय संचालकाची नेमणूक केली जाते.

ग्रंथालय संचालनालय :

राज्य ग्रंथालय सेवा सक्षमरीत्या पुरविण्यासाठी शासनाने संचालनालयाची निर्मिती केली आहे. यामधील इमारतीची निवड राज्य सरकारी करेल. कर्मचाऱ्यांवरील वेतन, खर्च राज्याच्या एकत्रित निधीतून देण्यात येतो.

ग्रंथालय संशोधनाची कार्ये :

१) राज्यामध्ये सार्वजनिक ग्रंथालये स्थापन करणे, त्यांना मान्यता देणे, अनुदान देणे, ग्रंथालय चळवळ विकसित करून तपासणी करणे.

२) ग्रंथालय निधीचे योग्य वाटप करून त्याचा हिशोब ठेवणे., ग्रंथालय चळवळ वाढीसाठी आणि कायद्याची अंमलबजावणी करण्यासाठी योग्य वाटतील, अशा गोष्टी करणे.

३) राज्यामध्ये प्रसिद्ध झालेल्या ग्रंथांची सूची प्रसिद्ध करणे.

४) जुने दुर्मीळ ग्रंथ, हस्तलिखिते, नियतकालिके यांचा संग्रह करणे.

५) ग्रंथालय सेवकांचा प्रशिक्षण कार्यक्रम आखणे आणि त्यांची परीक्षा घेऊन त्यांना प्रमाणपत्र वाटप करणे.

३. जिल्हा ग्रंथालय समिती :

प्रत्येक जिल्ह्याकरता राज्यशासन एक ग्रंथालय समिती नेमते. कायद्यातील प्रकरण ५ कलम १३ पोटकलम १ नुसार नेमू शकते. ही समिती राज्य शासनास सल्ला देणे, जिल्ह्यातील सार्वजनिक ग्रंथालयाकडून समाधानकारक काम होते किंवा कसे याबाबत खात्री करते.

४. इतर तरतुदी :

शासकीय विभागीय ग्रंथालयामध्ये कॉपीराईट कायद्यानुसार संग्रह तसेच रजिस्ट्रेशन ऑफ बुक्स अ‍ॅक्ट १८६७ च्या तरतुदीनुसार राज्यामध्ये मुद्रित झालेल्या प्रत्येक ग्रंथाच्या प्रति पुणे- नागपूर येथील शासकीय विभागीय ग्रंथालयामध्ये संग्रहित करण्यात येतात.

५. ग्रंथालय निधी :

नियमानुसार स्थापन झालेल्या सार्वजनिक ग्रंथालयास आर्थिक साहाय्य देण्याकरता हे प्रकरण ६ कलम २० अन्वये राज्य सरकारने पंचवीस लाख रुपयांपेक्षा कमी नसेल एवढी रक्कम दरवर्षी ग्रंथालय निधी म्हणून देण्याची तरतूद आहे. शिवाय या निधीतून राज्य सरकारकडून विशेष अनुदान देण्याची तरतूदही आहे. सध्या योजनेत ग्रंथालयासाठी १६७३.३९ लाख व योजनांसाठी १४८.२९ लाख खर्च होतो. एकूण ग्रंथालयावरील खर्च १८२१.८८ लाख आहे. 'अहवाल ग्रंथालय संचालक' वर्ष संपायच्या म्हणजे सहा महिन्यांच्या आत राज्य शासनाला आपल्या कार्याचा अहवाल सादर करील. या अहवालावर मात्र परिषदेची मान्यता मिळणे आवश्यक आहे.

६. ग्रंथालय स्थापना :

राज्यातील कोणत्याही ठिकाणी स्थानिक पातळीवर संस्था किंवा विश्वस्त व्यवस्था किंवा राज्य प्राधिकरण सार्वजनिक ग्रंथालयाची स्थापना १९५० अन्वये करता येईल. अशा ग्रंथालयाचे परीक्षण संघटन आणि विकास ग्रंथालय विभागामार्फत राज्य शासनाकडून करण्यात येईल.

राज्याच्या मालकीची फारच थोडी ग्रंथालये आहेत. राज्यासाठी एक केंद्रीय ग्रंथालय असेल. प्रत्येक महसूल विभागासाठी एक विभागीय ग्रंथालय राहील. याशिवाय प्रत्येक शहरात व गावात लोकसंख्येच्या प्रमाणात नोंदलेल्या ट्रस्टनी चालविलेल्या ग्रंथालयास मान्यता देऊन अनुदान त्यांच्या वर्गवारीनुसार दिले जाईल.

सध्या प्रत्येक जिल्ह्यासाठी शासकीय जिल्हा ग्रंथालय असावे अशी

शासनाने तरतूद केली आहे.

७. राज्य ग्रंथालय सेवा :

सार्वजनिक ग्रंथालयाची स्थापना, मान्यता त्यांना अनुदान देणे, निधीचा हिशोब ठेवणे, ग्रंथालयाची तपासणी आणि सर्वसाधारण ग्रंथालय चळवळ विक्रीस करण्यासाठी अनेक अधिकारी व सेवक यांची नेमणूक करणे इत्यादी.

८. वार्षिक अहवाल :

मान्यताप्राप्त सार्वजनिक ग्रंथालयांनी आपल्या कामाचे आणि पैशाचे विनियोग दर्शविणारे अहवाल ग्रंथालय संचालक यांच्याकडे विभागीय कार्यालयामार्फत ३० जूनपर्यंत दरवर्षी सादर करणे आवश्यक आहे. हे अहवाल शासनाला राज्य ग्रंथालय परिषदेच्या मान्यतेने सादर करतील.

नियम : या कायद्याच्या अंमलबजावणीसाठी राज्य शासन आवश्यक ते नियम करून ते महाराष्ट्र विधानसभेपुढे ठेवून मान्यता घेतील.

९. महाराष्ट्र शासन राज्यामध्ये प्रसिद्ध करील :

महसूल विभाग - या कायद्याच्या अंमलबजावणीसाठी विभाग राहतील. मुंबई, पुणे, औरंगाबाद व नागपूर

सार्वजनिक ग्रंथालय विकास योजना व सद्यःस्थिती :

सार्वजनिक ग्रंथालयाच्या वर्गीकरणाच्या प्रमुख अटीच्या पूर्ततेनंतर ग्रंथालयास मान्यता देण्यात येऊन वर्ग ठरवण्यात येतो. सध्या महसूल कार्यास ५४३२ शासनमान्य ग्रंथालये आहेत.

अटी	अ	ब	क	ड
ग्रंथसंख्या	१५००	५०००	१०००	१००
दैनिके	१६	६	४	४
नियतकालिके	७५	२५	१०	६
सदस्य संख्या	५००	२५०	१००	५०
कामाचे तास	६	६	३	२
स्वतंत्र विभाग	आवश्यक	आवश्यक	आवश्यक	आवश्यक
बाल विभाग	आहे	आहे	नाही	नाही
महिला विभाग				
सांस्कृतिक कार्यक्रम	१०	४	आवश्यक नाही	आवश्यक नाही

प्रत्येक वर्षी खालील कोष्टकात नमूद केल्याप्रमाणे मागील वर्षी ग्रंथालयाने केलेल्या अनुदेय खर्चाच्या ९० टक्के परीक्षण अनुदान कमाल मर्यादेच्या अधीन राहून देण्यात येते. वार्षिक परीक्षण अनुदान मंजूर करून वितरीत करण्याचे अधिकार संबंधित साहाय्यक ग्रंथालय संचालकास आहेत.

महाराष्ट्र सार्वजनिक ग्रंथालये नियम १९७० अन्वये मिळणारे परिरक्षण अनुदान अपुरे असल्यामुळे सदर अनुदानाच्या दरामध्ये

१) १९७९-८०

२) १९८९-९०

३) १/१/१९९५

४) दिनांक १/१/१९९८ व २००४-२००५ तसेच २०१२ पासून तपासणीत कार्यक्षम ग्रंथालयांना ५० टक्के वाढ करण्यात आली. महाराष्ट्रातील जवळपास पाच हजार ग्रंथालयांना या वाढीचा लाभ मिळावा.

अशी आत्तापर्यंत सहा वेळा वाढ करण्यात आलेली आहे. ती पुढीलप्रमाणे आहे.

१) प्रत्येक वेळी दुपटीच्या दराने वाढ करण्यात आली आहे व महाराष्ट्र ग्रंथालय अधिनियम १९६७ व त्या अंतर्गत शासनाने जारी केलेल्या १९७०च्या नियमात अंतर्भूत परीक्षण अनुदानाचे दर हे मूलभूत धरूनच आतापर्यंत सूत्रात सुसंगत बदल व दुप्पटीने दरवाढ झाली आहे.

२) गतवर्षी केलेल्या खर्चावर हे अनुदान ९० टक्के या प्रमाणात मिळते. १० टक्के खर्च वाचनालय संस्थेला करावा लागतो आणि एकूण खर्चापैकी ५० टक्के खर्च हा ग्रंथपाल व सेवकांच्या वेतन/मानधनावर खर्च करण्याचे बंधन आहे.

३) प्रत्येक वेळी शासनाने 'एकूण आर्थिक भार लक्षात घेता सार्वजनिक ग्रंथालयातील ग्रंथपाल व सेवकांना वेतनश्रेणी देता येणे अशक्य आहे.' अशी सबब सांगून अनुदानात सरसकट दुपटीने दरवाढ केली आहे.

४) सध्या शासन महाराष्ट्रात मान्यता प्राप्त वर्गवारी १२,००० ग्रंथालयावर जवळपास ८० कोटी खर्च होतो तो १३० कोटीवर गेला.

या शिवाय इमारत बांधकामासाठी तिच्या पुर्नबांधणीसाठी त्यात वाढ करण्यासाठी किंवा नवीन इमारत खरेदी करण्यासाठी अनुदान देण्यात येते.

एक लाखापेक्षा जास्त लोकसंख्या असलेल्या ठिकाणी ग्रंथालय असेल तर देय अनुदानाची कमाल रक्कम संचालकाकडून करण्यात येईल. 'अ' दर्जा

वाचनालयास एकूण प्रकल्पाच्या खर्चाच्या ५० टक्के अनुदानाची कमाल मर्यादा ७५०००, 'ब' वर्ग ग्रंथालयासाठी कमाल मर्यादा ४८०००, 'क' वर्ग ग्रंथालय कमाल मर्यादा २४००० आहे. शिवाय 'राजा राममोहन रॉय ग्रंथालय प्रतिष्ठान' कलकत्ता यांच्याकडून सार्वजनिक ग्रंथालयासाठी राजा राममोहन रॉय ग्रंथालय प्रतिष्ठान कलकत्ता यांच्या अनुदान योजना.

शहरी भागात ग्रंथालय असल्यास (सार्वजनिक शासनमान्य अनुदानित) ३००० ग्रंथ असावेत व ग्रामीण भागात ग्रंथालय असल्यास २००० ग्रंथ असावेत हीच ग्रंथालय अनुदानासाठी पात्र आहेत.

१) फिरती ग्रंथालये :
ग्रामीण व शहरी लोकांना वाचनाचा लाभ मिळण्यासाठी ग्रंथ केंद्र व फिरती ग्रंथालय सेवा सुरू करण्याबाबतची ही योजना आहे. प्रतिवर्षी ५०००० हजारांचे अनुदान देण्यात येते.

२) परिसंवाद, चर्चासत्रे, कार्यशाळा, प्रशिक्षणवर्ग व ग्रंथप्रदर्शन आयोजनासाठी समान निधी योजनेमधून २ लक्ष कमाल व मान्य खर्चावर अर्थसाहाय्य दिले जाते.

३) सार्वजनिक ग्रंथालयांना शैक्षणिक उपक्रमासाठी संगणकीकृत ग्रंथालयासाठी टी.व्ही., व्ही. सी. पी. संच प्राप्तीसाठी समान निधी योजनेतून टी.व्ही., व्ही. सी. पी. सेट संबंधित पूरक वस्तू व ५ शैक्षणिक कॅसेट रु. ७५ लाख अनुदान दिले जाते. अर्थसाहाय्य उपलब्ध होऊ शकेल.

४) सार्वजनिक ग्रंथालयांना इमारत विस्तार/बांधकाम करण्यासाठी समान निधी योजनेमधून अर्थसाहाय्य दिले जाते. शहरी भागातील ग्रंथालय असल्यास एकूण ग्रंथसंख्या २००० हजार ग्रंथालयात असावी व ग्रामीण भागात ग्रंथालय असल्यास १००० हजार ग्रंथसंख्या असावी. प्रत्येक ग्रंथालयासाठी १० वर्षातून एकदा रु. १० लाख इतक्या अर्थसाहाय्याची मर्यादा असेल.

५) साधनसामग्री, फर्निचर खरेदीसाठी वर्षातून एकदा फर्निचर व साधन सामग्रीसाठी ५० हजार तसेच पाच वर्षातून एकूण २,५०,००० हजार अर्थसाहाय्य उपलब्ध होऊ शकते.

६) नॉन मॅचिंग स्कीम अंतर्गत बाल ग्रंथालयाचे किंवा बालविभाग असलेल्या सार्वजनिक ग्रंथालयांना अर्थसाहाय्य बालवाङ्मय साहित्य, तक्ते, नकाशे, शैक्षणिक खेळणी, दृकश्राव्य साहित्य, रॅक, कपाट, टेबल

खुर्ची खरेदीसाठी प्रतिवर्ष ५० हजार अनुदान उपलब्ध होऊ शकते. महिला विभागासाठी ५० हजार, ज्येष्ठ नागरिक विभाग ५० हजार, नवसाक्षरासाठी २० हजार, व्यक्तिमत्त्व विकास मार्गदर्शनासाठी ५० हजार अर्थसाहाय्य दिले जाते. नॉन मॅचिंगसाठी बालविभाग समृद्ध योजना कॉर्नर साठी २ लक्ष अनुदान प्रतिष्ठानकडून दिले जाते.

७) शताब्दी वर्ष १२५ वे, १५० वे १७५ वे त्यानुसार वर्ष साजरे करण्यासाठी अर्थसाहाय्य दिले जाते.

विशेष अनुदाने :

मान्यताप्राप्त सार्वजनिक ग्रंथालयात रजत, सुवर्ण, शताब्दीसारख्या विशेष महोत्सवासाठी एखादा विशेष भाग उघडण्यासाठी राज्य ग्रंथालय परिषदेच्या शिफारशीनुसार १०,००० रु. अनुदान मिळू शकते.

ग्रंथालय संघांना अनुदान योजना :

महाराष्ट्र सार्वजनिक ग्रंथालय अधिनियमान्वये जिल्हा स्तरावरील जिल्हा ग्रंथालय संघ, विभाग ग्रंथालय संघ व राज्य ग्रंथालय संघ यांना शासनमान्यता व अनुदान देण्यात येते.

ग्रंथालय संघ	**वार्षिक परीक्षण अनुदान**
राज्य ग्रंथालय संघ	२०००
विभाग ग्रंथालय संघ	७५०
जिल्हा ग्रंथालय संघ	३५०

ooo

७. ग्रंथालयाचे विस्तारित कार्यक्रम

१) ग्रंथालय सहकार, २) ग्रंथालय सप्ताह, ३) ग्रंथप्रदर्शन, ४) साखळी योजना, ५) वाचक व्यासपीठ, ६) प्रौढ साक्षरता, ७) बहि:शील कार्यक्रम

ग्रंथालय कार्यक्रम :

ग्रंथालय सहकार म्हणजे दोन ग्रंथालयातील ज्ञानांची सूचीविषयक माहितीची सवलतीची, ज्ञान विज्ञानाच्या साधनांची; मग या साधनांमध्ये वित्त, मनुष्यबळ, दस्तऐवज, जागा, फर्निचर इत्यादी सर्व साधनांची विशिष्ट विभागणी करणे होय. सहकार म्हणजे स्वेच्छेने संघटित झालेल्या ग्रंथालयांची अशी कृती की ज्यामध्ये परस्परांच्या ज्ञानाचा, शब्दाचा, माहितीचा, साधनाचा एकमेकांच्या व्यवस्थापनाची वाचनसाहित्य अधिकतम वापराच्या दृष्टीने उपयोग करणे. वाचकांची गरज भागविण्यासाठी इतर ग्रंथालयाची मदत घेऊन वाचकांना ग्रंथालय सेवा पुरविणे म्हणजेच ग्रंथालय सहकार होय.

ग्रंथालय सहकार म्हणजे नुसते एक पुस्तक देऊन पूर्ण होणारी प्रक्रिया नव्हे, तर त्यामध्ये पुढील घटकांचा समावेश होतो व त्या सर्व घटकांद्वारे वेगवेगळ्या स्तरावर सेवा उपलब्ध केल्या जातात. १९१० साली इंग्लंडमध्ये प्रथमच ग्रंथालय सहकाराची कल्पना सुचली.

ग्रंथालय सहकाराचे घटक :

१) सहकारी पद्धतीने ग्रंथखरेदी करणे.

२) राष्ट्रीय व विभागीय संयुक्त तालिका

३) आंतर ग्रंथालयीन देवघेव.

४) केंद्रीय तालिकीकरण व वर्गीकरण.

५) सहकारी तत्त्वावर संदर्भ सेवा.

६) आंतरराष्ट्रीय सहकार.

७) सहकारी छायाचित्र सेवा.

८) प्रलेबन.

९) सहकारी ग्रंथपालन.

१०) सहकारी संचलन केंद्र.

ग्रंथालय सहकाराची गरज :

१) विज्ञान आणि तंत्रज्ञानात मोठ्या प्रमाणात शोध लागला त्यामुळे संबंधित साहित्यनिर्मिती मोठ्या प्रमाणावर वाढली. २० वर्षापूर्वी केट या तज्ज्ञाच्या मते ग्रंथ, वर्तमानपत्रे आणि वाचन साहित्याची २००० पृष्ठे प्रति मिनिट जगात छापली जात असत. अर्थात १०५१ २०,००,००० इतकी पृष्ठे छापली जात असत. इतक्या वाचनसाहित्याकडे आपणाला केंद्रित व्हावयाचे असेल, तर त्यासाठी सहकाराची गरज आहे.

उद्देश :

१) एकाच वाचनसाहित्याच्या एकापेक्षा जास्त प्रती न घेता दुसऱ्या प्रतीवर होणारा आवश्यक खर्च टाळावा.

२) वाचकांना जास्तीत जास्त परिश्रमकारक सेवा व सवलती उपलब्ध करून देणे.

३) उपलब्ध असलेल्या वेगवेगळ्या ग्रंथालयातील साधनांचा जास्तीत जास्त उपयोग करून घेणे.

४) साधनांची उपलब्धता सुधारणे.

५) साधनापर्यंत वाचकांना सहज कसे पोहोचवता येईल हे पाहणे.

ग्रंथालयशास्त्राच्या पाच सूत्रांचा आधार घेऊन जर ग्रंथालयाच्या दैनंदिन कार्याचे नियोजन केले, तर त्या ग्रंथालयाचे कामकाज अगदी व्यवस्थित होते. जगातील कोणतेही ग्रंथालय परिपूर्ण नसते, कारण माहिती ही वेगाने वाढत आहे. आज लागलेला शोध अद्यापपर्यंत कदाचित जुना होत आहे. याचा येथे विचार होतो. ग्रंथालयाच्या चौथ्या सूत्राप्रमाणे वेळ वाचला पाहिजे. पण योग्य वाचकांना योग्य वेळी योग्य ग्रंथ मिळाला पाहिजे, पण कोणत्या वेळी कोणता ग्रंथ मिळाला पाहिजे? याचा अंदाज घेणेसुद्धा कठीण आहे. त्याचा अंदाज घेणेसुद्धा गरजेचे आहे. अशा वेळी एखाद्या वाचकाने त्याच्या आवडीचा ग्रंथ मागितला पण तो आपल्याकडे नाही त्यावेळी तो वाचक नाराज होऊ नये, तो ग्रंथालयातून परत जाऊ नये यासाठी ग्रंथपालांना इतर ग्रंथपालाची मदत घ्यावी लागते. येथेच सहकार सुरू होतो.

ग्रंथालय सप्ताह :

आखिल भारतीय ग्रंथालय संघ व इतर ग्रंथालय संघ दरवर्षी नोव्हेंबर महिन्यात ग्रंथालय सप्ताह साजरा करतात. या सप्ताहामध्ये वेगवेगळ्या विषयांची व्याख्याने, नवीन ग्रंथ प्रकाशन, व्याख्यानमाला, दूरदर्शनवर नवीन ग्रंथाचा किंवा वाचक साहित्याचा परिचय करून देणे, असे कार्यक्रम आखतात.

अशा वेगवेगळ्या कार्यक्रमांच्या माध्यमातून ग्रंथालयाबद्दल जनजागृती निर्माण होते तसेच लोकांच्या मनात ग्रंथालयाबद्दल प्रेम जिव्हाळा वाढतो, तसेच ग्रंथपालाकडे वाचक आकर्षित करण्याचा हा एक अत्यंत चांगला मार्ग आहे. ग्रंथालय सप्ताह साजरा करताना वेगवेगळ्या प्रकारच्या विषयांवरील वेगवेगळ्या ग्रंथांना वाचक प्राप्त होऊ शकतो. त्यामुळे ग्रंथालय सूत्राचे पालन होण्यास मदत होते. या उपक्रमाच्या माध्यमातून ग्रंथालयाचा प्रचार व प्रसार होतो व ग्रंथ उपक्रमात वाचक व्यक्ती सहभागी होऊन ग्रंथालयाकडे वळतो व हळूहळू वाचक बनतो. म्हणजेच ग्रंथपालाला वाचक वळविण्याचा उपक्रम करावा लागतो.

ग्रंथप्रदर्शन :

वर्षातील किमान एक वेळेस तरी प्रत्येक वाचनालयांनी ग्रंथप्रदर्शन भरविणे आवश्यक आहे. खाजगी प्रकाशन संस्थासुद्धा ग्रंथप्रदर्शन भरवून ग्रंथ वाचकांपर्यंत पोहोचवितात. आज प्रदर्शनाच्या माध्यमातून वाचक मोठ्या प्रमाणात ग्रंथांकडे वळत आहे. ग्रंथालय सप्ताह साजरा करतात त्यावेळी ग्रंथप्रदर्शनासारखे उपक्रम ग्रंथालयातर्फे राबविण्यात येतात.

फायदे :

१) ग्रंथप्रदर्शनामुळे ग्रंथालयाकडे व ग्रंथाकडे वाचक वळतो किंवा येतो.
२) ग्रंथालयाची जीवन सभासद संख्या वाढते.
३) ग्रंथालयातील बंदिस्त ग्रंथ वाचकांना प्रत्यक्ष पाहावयास मिळतात.
४) वाचकांच्या आवडीचा ग्रंथ मिळतो.
५) ग्रंथप्रदर्शनामुळे ग्रंथास त्याचा वाचक मिळतो.
६) नवीन वाचकांना ग्रंथ पाहण्यास, हाताळण्यास, वाचण्यास मिळू शकतात.
७) ग्रंथालयाचा प्रचार होतो.

ग्रंथप्रदर्शनातून समाजातील सर्व प्रकारच्या लोकांना व वाचकांना विनामूल्य उपलब्ध असणारा कार्यक्रम म्हणजेच ग्रंथ प्रदर्शन अथवा ग्रंथ जमा होय. भारतात दिल्ली येथील प्रगती मैदानावर दर दोन वर्षांनी विश्व पुस्तक मेळावा 'नॅशनल बुक ट्रस्ट' आयोजित करते. यामध्ये 'भारतीय प्रकाशक संघ'

अखिल भारतीय हिंदी प्रकाशन संघ, या शिवाय दिल्ली येथील ग्रंथ विक्रेते व प्रकाशक संघ, विद्यापीठ संशोधन संस्था, शासकीय संस्था तसेच परदेशातील प्रकाशकही मोठ्या प्रमाणात भाग घेतात.

९ ते १० दिवस हे प्रदर्शन असते. या काळात ग्रंथजगताशी येणाऱ्या सर्व घटकांची सभा परिषद आयोजित केली जाते. या प्रदर्शनात अनेक विषयांच्या पुस्तकांबद्दल लेखक, अनुवादक यांच्यात करार होतात. यामुळे विविध भाषांमधील ग्रंथ, वाचनीय साहित्य दृकश्राव्य यांची माहिती मिळते. नवीन प्रकारच्या ज्ञानसाहित्याची याशिवाय या कालखंडात ग्रंथाची सवलतीने खरेदी व विक्रीही होते जगातील विविध भाषेतील ताजे साहित्य उपलब्ध होते.

अशा प्रकारे ग्रंथ प्रदर्शन केल्यामुळे नवीन ग्रंथांना तर वाचक मिळेलच पण जे ग्रंथ जुने आहेत ते वाचकापर्यंत पोहचले नव्हते, त्यांना सुद्धा वाचक मिळेल.

साखळी योजना :

भारतासारख्या आर्थिकदृष्ट्या मागासलेल्या देशात सार्वजनिक ग्रंथालयांना साखळी योजना हे एक सरकारचे उत्तम प्रतीक आहे. १९४० साली फैजी समितीच्या अहवालात सहा हप्त्यांची ग्रंथालय योजना होती. २०० ते ५०० पेक्षा कमी लोकवस्ती असणाऱ्या खेड्यातसुद्धा ग्रंथालय स्थापन करता येत नाहीत, कारण ग्रंथालय स्थापन करण्यासाठी किमान ५०० लोकसंख्या गावात पाहिजे.

महाराष्ट्र राज्य सार्वजनिक ग्रंथालय कायद्यानंतर मध्यवर्ती, प्रादेशिक, जिल्हा, तालुका, शहर व ग्रामीण आदी पातळीवर ग्रंथालयांनी आपल्या उणिवा भरून काढून परस्पर सहकार्यातून वाचकांना ग्रंथ मिळवून द्यावेत व समाजाच्या शेवटच्या माणसापर्यंत ग्रंथालय सेवा पोहोचवावी हा या योजनेचा हेतू आहे. ग्रंथालयाचे विकास समितीने साखळी योजनेवरील प्रमुख जिल्हा व तालुका ग्रंथालयांना साखळी योजनेतील कार्यान्वित करण्याबाबत जादा अनुदान दिले जाते. जिल्हा दर्जा व तालुका दर्जाच्या ग्रंथालयांना त्या परिसरातील ग्रंथालयाच्या मागणीनुसार विनामूल्य साखळी योजनेअंतर्गत ग्रंथ द्यावे लागतात. ग्रंथालय देवाणघेवाण करण्यात येते. 'ड' दर्जाच्या ग्रंथालयासाठी या योजनेची गरज असते. या पद्धतीमुळे ग्रंथालयात सहकार्याची भावना वाढते, जिच्यात ग्रंथालयाचे तालुकावार भाग पाडून तालुक्यातील ग्रंथालयाकडे त्या त्या क्षेत्रातील ग्रंथालयाची साखळी पद्धतीने सहकार्य करण्याची जबाबदारी देण्यात येते. यामुळे वाचकांची वाचनाची भूक भागविता येते, ती पूर्ण करता येते.

अशी दूरदृष्टीची व विकासाला गती प्राप्त करून देणारी योजना फैजी यांनी कार्यान्वित करण्यासाठी १९४० साली शिफारस केली. आज संगणकाच्या युगात संगणकाच्या साहाय्याने ग्रंथालयाचे परस्पर सहकार्याचे जाळे विणले जात आहे. संगणकाच्या माध्यमातून एक प्रकारे साखळी योजनाच निर्माण होत आहे असे म्हणावयास हरकत नाही.

वाचक व्यासपीठ :

वाचकांना ग्रंथालयाचा चांगल्या प्रकारे उपयोग करता यावा यासाठी वाचकांना व्यासपीठ करून दिले पाहिजे. वाचकांना जर व्यासपीठ निर्माण करून दिले तर वाचक व्यासपीठावर नाट्य, वाचक, कथाकथन, काव्यवाचन, चर्चा इत्यादीसारखे कार्यक्रम करतील.

या कार्यक्रमामुळे वाचकांना मूळ ग्रंथ वाचण्याविषयी प्रवृत्त केलेले पाहून ग्रंथचर्चा, व्याख्याने, सभा, ग्रंथ प्रकाशन, समारंभ या कार्यक्रमामुळे नवीन ग्रंथांचा परिचय वाचकांना होतो व परिणामी ग्रंथांना वाचक व वाचकांना ग्रंथ मिळतो, त्याच्या व्यक्तिमत्त्वाचा विकास होतो, शिवाय युवक नेतृत्व अंगीकृत होते.

प्रौढ साक्षरता :

ग्रंथालयाकडून अपेक्षित असणाऱ्या प्रौढ शिक्षण, साक्षरता हे एक महत्त्वाचे अंग आहे. आज भारताची लोकसंख्या शंभर कोटीपेक्षा जास्त आहे. यापैकी जवळपास पन्नास कोटी निरक्षर आहेत. या निरक्षरांना साक्षर करण्यासाठी सार्वजनिक ग्रंथालयाच्या माध्यमातून फार मोठी मदत होऊ शकते. साक्षरता अंतर्गत महाराष्ट्रात अनेक ग्रंथालय स्थापन झाली. साक्षर केलेले नागरिक पुन्हा निरक्षर होऊ नये म्हणून ग्रंथालये आवश्यक आहेत. यामध्ये ग्रंथालयांनी चांगल्या प्रकारे भूमिका केल्या आहेत. साक्षरतेच्या दृष्टीने वाचन साहित्य ग्रंथालयात ठेवता येते. सामूहिक ग्रंथ वाचनाचा उपक्रम हाती घेता येतो व जेणेकरून निरक्षरांच्या मनात आपणाला लिहिता व वाचता यावे याविषयी आत्मविश्वास वाढतो खऱ्या अर्थाने साक्षरता चळवळ वाढीसाठी ग्रंथालय हे माध्यम अतिशय महत्त्वाचे आहे, कारण नियमितपणामुळे प्रौढ साक्षरता याला तिच्यातच गती येते.

ग्रंथालय बहि:शील योजना :

ग्रंथालय वाढीसाठी, ग्रंथालये जास्तीत जास्त वाचकाभिमुख होण्यासाठी तसेच ग्रंथालयाबद्दलची माहिती जनतेला होण्यासाठी ग्रंथालयातील वेगवेगळे उपक्रम लोकांना कळावेत; लोक ग्रंथालय सेवेपासून वंचित राहू नयेत, अशा

प्रकारची जाहिरात ग्रंथपालाची व्हावी म्हणून ग्रंथालयात बहि:शाल योजना आखत असते. ही बहि:शाल योजना वेगवेगळ्या उपक्रमांद्वारे राबविली जाते. बहि:शाल योजनेमुळे ग्रंथालयाची माहिती लोकांना होत नाही, तर वेगवेगळ्या साहित्याची, ज्ञानाची माहिती ग्रंथालय पुरवीत असते.

कार्य व सेवा :

१) ग्रंथालयाबद्दल, ज्ञानसाहित्याबद्दल, विविध उपक्रमांबद्दल वृत्तपत्रातून प्रसिद्धी देणे.

२) ग्रंथालय माहितीपत्रक प्रसिद्ध करून आपले ग्रंथालय किती समृद्ध आहे व वाचकांनी त्याचा कसा लाभ घ्यावा याबद्दलची माहिती देणे.

३) व्याख्यान, परिसंवाद, चर्चासत्रे, ग्रंथप्रदर्शने आयोजित करणे त्यामुळे वाचकांना विविध विषयाची माहिती होते.

४) राष्ट्रीय नेत्यांच्या जयंत्या, पुण्यतिथी साजरी करणे; त्यामुळे त्या व्यक्तीच्या कर्तृत्वाची माहिती समाजाला मिळते.

५) सण साजरे करून इतिहासाचे तसेच संस्कृतीचे संवर्धन करता येते.

६) नाटक सादर करून ग्रंथालय सेवकांच्या जनतेच्या कलागुणांना उत्तेजन देता येते. तसेच उच्च अभिरुची विकसित करता येते.

७) संगीताच्या मैफिली आयोजित करून संगीताला प्रतिष्ठा तसेच संगीताबद्दलची जनतेला माहिती करून इथेसुद्धा कलागुणांना उत्तेजन दिले जाते.

८) निरनिराळे माहितीपूर्ण चित्रपट दाखविणे.

९) बालकांसाठी, युवकांसाठी निरनिराळ्या स्पर्धा भरविणे.

१०) ग्रंथालयाचे मुखपत्र काढून माहिती देणे.

उद्देश :

१) चांगल्या वाचनाची इच्छा निर्माण करण्यासाठी उत्तेजन देणे.

२) ग्रंथालयाचे वाचक नसणाऱ्यांचे वाचकात रूपांतर करणे.

३) ग्रंथालयातील वाचनसाहित्याची वाचकांना घरपोच सेवा देणे.

४) ग्रंथालयाचे सामाजिक व सांस्कृतिक केंद्रात रूपांतर करणे

५) प्रौढ शिक्षणवर्गात साक्षरता मोहिमेत भाग घेणे.

बहि:शाल सेवा हे सार्वजनिक ग्रंथालयाचे एक प्रमुख वैशिष्ट्य आहे. याचा उद्देश म्हणजे ग्रंथपाल आणि वाचक यांच्यात संबंध प्रस्थापित करणे. ग्रंथालयात उपलब्ध असलेले वाचन साहित्य समाजातील जास्तीत जास्त लोकांना

करून देणे. विद्यापीठ ग्रंथालयातर्फे महाविद्यालयात, शैक्षणिक ग्रंथालयात प्रौढ साक्षरता बहि:शाल कार्यक्रमाची अंमलबजावणी होत आहे. उदाहरणार्थ स्वा. रा. ती. मराठवाडा विद्यापीठ, नांदेड अंतर्गत महाविद्यालये व सार्वजनिक वाचनालये इतर संस्थांना बहि:शाल योजना कार्यान्वित करता येते. विद्यापीठ तज्ज्ञ विषयातील व्यक्तींची यादी पाठविते त्यानुसार किमान तीन कार्यक्रम घ्यावे लागतात. तज्ज्ञमार्गदर्शन, व्याख्याने यांचे मानधन, प्रवासखर्च भत्ता हे त्यांना विद्यापीठाकडून मिळतो.

बहि:शाल योजनेचे प्रकार मुद्दे :

१) ग्रंथठेव केंद्र.
२) फिरते ग्रंथालय.
३) शाखा ग्रंथालय अभ्यास.
४) व्याख्याने, भाषणे.
५) गोष्टीचे तास.
६) प्रदर्शन.
७) फिल्म-नाटक दाखविणे.
८) वाचकमंडळ.
९) जत्रा, उत्सव.
१०) प्रसारमाध्यमांचा विचार वापर (रेडिओ दूरदर्शन).
११) कृतिसत्राचे आयोजन.
१२) नवीन वाचन साहित्याचे वेस्टण नोटीस बोर्डावर लावणे इत्यादी.
१३) ग्रंथालय तोंडओळख
१४) शिबिर

संदेशवहन / संज्ञापन :

मानवाच्या प्रगतीचा इतिहास हा फार प्राचीन आहे. मानव आपल्या अनुभवाच्या व बुद्धीच्या साहाय्याने सतत ज्ञानाची, विचारांची किंवा माहितीची निर्मिती करीत असतो. त्याचबरोबर आपले ज्ञान, कल्पना व विचार हे इतरांपर्यंत नेत असतो. मानवाच्या प्रगतीच्या इतिहासाबरोबर संदेशवहनाचा विकासही घडून आला. प्राचीन काळी मानव आपले विचार संदेशवहन करण्यासाठी सांकेतिक खुणा, ध्वनी किंवा प्रकार याचा उपयोग करीत असे. कालांतराने भाषा या माध्यमाचा संदेशवहनासाठी वापर होऊ लागला. असे तोंडी संदेशवहन व नंतर लेखी संदेशवहन सुरू झाले. आजच्या युगात माहिती साठविण्यासाठी ज्या

तंत्रज्ञानाचा उपयोग केला जातो ते दृकश्राव्य साधन हे संदेशवहन अगदी जलदगतीने संदेश पोहोचविण्याचे कार्य करीत असते.

गतिमान समाजात संदेशवहन हा एक आवश्यक अंगभूत घटक बनला आहे. संदेशवहन हा शब्द लॅटिन भाषेतील कम्युनिकेअर यापासून तयार झाला आहे. विविध लोकांमधील संज्ञापित हीच समाजाची नवीन व्याख्या बनली सुशिक्षित समाजात लोक एकमेकांशी मुक्तपणे संवाद करू शकतात. ज्या वेळेस कोणत्या ना कोणत्या कारणाने समाजातील संदेशवहन ठप्प होते त्या वेळेस समाज हा गतिहीन व प्रतिगामी बनत असतो.

एका पिढीचे ज्ञान हे दुसऱ्या पिढीपर्यंत पोहोचविण्यासाठी कार्य हे ग्रंथालयाकडून केले जाते. त्याचप्रमाणे एका व्यक्तीपासून माहिती, कल्पना व अनिवृत्ती दुसऱ्या व्यक्तीला प्रसारित करण्याची कृती ही संदेशवहन करीत असते. म्हणून कितीही प्रयत्न केला तरी संदेशवहनाचा उपयोग टाळणे आपल्याला आजच्या जगात अशक्यप्राय आहे.

संदेशवहनाची व्याख्या :

संदेशवहन ही अशी प्रक्रिया की, ज्यामध्ये कल्पना व ज्ञान एका व्यक्तीकडून दुसऱ्या व्यक्तीकडे भाषण, लिखाण व चिन्हांच्याद्वारे व्यक्त केले जाते.

माहितीचे नमुने किंवा कल्पना यांची लिखित मौखिक किंवा दृष्य माध्यमांच्या साहाय्याने देवाणघेवाण करणे- ज्यामागे या गोष्टी प्रत्येक संबंधिताला पूर्णपणे आकलन होतील, अशा प्रकारे प्रसारित करणे म्हणजेच संदेशवहन होय.

संज्ञापनाचे चक्र :

संज्ञापन प्रक्रिया कशी काम करते हे स्पष्ट करण्यासाठी संदेश वहन तज्ज्ञांनी एक प्रतिमान विकसित केले आहे. त्या प्रतिमानाला संदेशवहन चक्र असे संबोधतात.

संदेशवहन चलनाची सप्तपदी :

१) माहितीची निश्चिती : यात प्रेषक कोणती माहिती पाठवायची ते निश्चित करतो. संदेशवहनातील आशय आणि उद्दिष्टे यांचा विचार करावा.

२) सांकेतिकिकरण : प्रेषक माहितीचे रूपांतर ग्राहकाला सामाजिक स्वरूपात व उद्दिष्टाला अनुसरून करणे.

३) संदेश : माध्यम व वाहिनी यांच्या माध्यमातून संक्रमित केली जाते.

४) ग्राहक : संदेश प्राप्त करून घेतो.

५) निसंकोनिकरण : ग्राहक संदेशाचाच अर्थ लावतो. संदेशाचा अर्थ माहितीच्या अर्थसारखाच असेल असे नाही. जर निसंकेतिकीकरण चुकीच्या पद्धतीने केले तर चुकीचा अर्थ लावण्यात येतो.

६) प्रत्याकरण : ग्राहकाची वाचकाची संदेशबाबतची प्रथम प्रतिक्रिया असते.

७) प्रतिसाद : ही या चक्रातील शेवटची पायरी असून यामध्ये चक्रातील सर्व प्रक्रिया पुन्हा केल्या जातात.

संदेशवहनाच्या क्रिया पायऱ्या :

यात खालील क्रियांचा समावेश होतो.

१) आपण काय बोलावे याचा विचार करणे.

२) आपले म्हणणे उत्तमरीतीने कसे सांगता येईल याचा विचार करावा.

३) त्यासाठी योग्य शब्द शोधून काढणे.

४) आपण बोललेले दुसऱ्या व्यक्तीला समजले आहे किंवा नाही याची खात्री करून घेणे.

५) दुसऱ्या व्यक्तीने दिलेला प्रतिसाद समजून घेणे.

६) संदेश वहनाचे प्रकार
   संदेशवहनाचे प्रामुख्याने तीन प्रकार आहेत.
   १) मौखिक २) लिखित, ३) दृश्य

१) मौखिक संदेशवहन :

प्रत्यक्ष व अप्रत्यक्ष संवादांना मौखिक संदेशवहन म्हणतात. मौखिक संदेशवहन म्हणजे संभाषणाद्वारे करावयाचे संदेश वहन होय. जेव्हा दोन किंवा अधिक व्यक्ती प्रत्यक्ष किंवा अप्रत्यक्ष संभाषण करतात त्यांना मौखिक संदेशवहन असे म्हणतात.

उदाहरणार्थ. भाषणे, व्याख्याने, गटचर्चा, दोन व्यक्तींमधील प्रत्यक्ष संभाषण औपचारिक बोलणी, दूरध्वनीद्वारे संवाद, इंटरकॉम इत्यादींचा समावेश केला जातो.

मौखिक संदेशवहनाचे दोन प्रकार पडतात :

यात प्रत्यक्ष मौखिक संदेशवहन व अप्रत्यक्ष मौखिक संदेशवहन; प्रत्यक्ष मौखिक संदेशवहन ज्यावेळेस दोन किंवा अधिक व्यक्ती एकमेकांना भेटतात व बोलतात त्याला प्रत्यक्ष मौखिक संदेशवहन म्हणतात.

उदाहरणार्थ, संवाद, औपचारिक बोलणी, मुलाखती, गटचर्चा, व्याख्याने, चर्चासत्र, प्रवचन.

अप्रत्यक्ष मौखिक संदेशवहन :

ज्यावेळी व्यक्ती या प्रत्यक्षरीत्या भेट न होता एकमेकांशी अप्रत्यक्षपणे संवाद साधतात त्याला अप्रत्यक्ष मौखिक संदेशवहन म्हणतात.

उदाहरणार्थ दूरदर्शन, रेडिओ, दूरध्वनी, मोबाईल, इंटरनेट, संगणक इत्यादी या साधनांमुळे अप्रत्यक्षरित्या संदेशवहन होत असते.

२) लिखित संदेशवहन :

लेखी स्वरूपात केलेले संदेशवहन म्हणजे लिखित संदेशवहन होय. यामध्ये टाचण, पत्रे, अहवाल इत्यादींचा समावेश होतो. माहिती तंत्रज्ञानाच्या विकासामुळे इलेक्ट्रॉनिक्स माध्यमांच्याद्वारे नवीन प्रकारचे लिखित स्वरूपात संदेशवहन करता येते. यामध्ये टेलेक्स इत्यादी मेलसेवा दृष्य प्रतिमांच्या आधारे संदेशवहन करणे सहज शक्य होते. उदाहरणार्थ फोटोग्राफी, छायाचित्रे, चित्रे, आकृत्या. एखादी गोष्ट अनेक शब्दांनी सांगण्यापेक्षा चित्राद्वारे सांगितली, तर ती अधिक प्रभावी व परिणामकारक ठरते. म्हणून यास दृश्य संदेशवहन म्हणतात. उदाहरणार्थ दूरदर्शन व व्हिडिओ संगणक हे सध्या महत्त्वाची भूमिका घेत आहेत.

ग्रंथालयात वरील संदेशवहनाच्या प्रकाराच्या वाचकांना निश्चितच फायदा होतो. एखाद्या ग्रंथातली माहिती किंवा आकडेवारी ही एखाद्या संशोधकाला जुनी वाटत असेल, तर ताजी माहिती व आकडेवारी ही इंटरनेटच्या माध्यमातून दुसऱ्या ग्रंथालयातून वाचक घेऊ शकतो. ती माहिती त्यास लिखित स्वरूपात प्राप्त होऊ शकते.

ग्रामीण भागातील निरक्षर, अंध व्यक्तींना, शेतकऱ्यांना, सांस्कृतिक कार्यक्रम, व्याख्यानाच्या माध्यमातून किंवा दृकश्राव्याच्या माध्यमातून माहिती प्राप्त करून घेता येते. अगदी तत्काळ व कमी वेळात वाचकाला माहिती आज हवी आहे. त्यासाठी वाचकांच्या प्रकारानुसार त्यास वरील संदेशवहनाच्या माध्यमातून उपयोग घेत येतो.

दृकश्राव्य साधने :

ग्रंथेतर साहित्याचा म्हणजे नॉन बुक मटेरियलचा अभ्यास करताना आपण ग्रंथेतर साहित्य या नावाने ओळखतो.

मुद्रित – कागदावर लिखित, मुद्रित चित्रबद्ध फोटो इत्यादी स्थिर चित्र पारदर्शक किंवा प्रसारित

आवाज – ध्वनिमुद्रिका, टेप्स, आकाशवाणी प्रसारण इत्यादी

टेलिव्हिजन – टेलिव्हिजन प्रसारण

चलत चित्र – सिनेमा

चुंबकीय माध्यम – फ्लॉपी हार्डडिस्क

दृकश्राव्य साधनाची व्याख्या :

ग्रंथ, नियतकालिके, संदर्भग्रंथ याव्यतिरिक्त इतर सर्व अपारंपरिक माहिती सादरीकरणाचे प्रकार, स्वरूप व वस्तू यांच्या समूहास ग्रंथेतर साहित्य म्हणतात. ग्रंथेतर साहित्याची एकंदरीत विभागणी खालीलप्रमाणे आहे.

१) माध्यमावर आधारिकत कागद, फिल्म, चुंबकीय माध्यम, आवाज, डिजिटल संगणक इत्यादी

२) निश्चित स्वरूप प्रकार.

१) मासिक, नकाशे, पेटंट तक्ते इत्यादी, २) अहवाल, ३) प्रबंध

३) दुर्मीळ साहित्य : पोथ्या, पत्रे, डायऱ्या, हस्तलिखिते

४) इतिहासाशी निगडित दफ्तरखाने

इतिहास :

ग्रंथालयात अगदी पूर्वीपासून अंतर्भूत गोष्टींची मानवाने संदेश दळणवळण यात स्तंभलेख, ताम्रपट, तालपत्रे, भूमीपत्रे, कातड्याची पुस्तके, हस्तलिखिते इत्यादी होय. पंधराव्या शतकात मुद्रणकलेचा शोध लागला व विसाव्या शतकातील वेगवेगळ्या माध्यमामुळे ग्रंथालय नवीन ग्रंथेतर साहित्य येण्यास सुरुवात झाली. यात फिल्म, मायक्रोफॉर्म, चलतचित्र, ध्वनिमुद्रण, ध्वनिफितीवरील साहित्य हे ग्रंथालयात जागा घेऊ लागले.

ग्रंथेतर साहित्याचे प्रकार :

आपल्या सोयीसाठी ग्रंथेतर साहित्याचे प्रामुख्याने तीन प्रकार आहेत :

१) ग्रंथेतर मुद्रित साहित्य

२) ग्रंथेतर अमुद्रित साहित्य

३) इतर साहित्य प्रकार

१) ग्रंथेतर साहित्य मुद्रित व त्याचे प्रकार

१) तक्ते, २) नकाशे, ३) किट्स, ४) अहवाल द्रिस्पेसिफिक पेटंट, मानके प्रबंध, रिप्रिन्ट, समिती अहवाल.

१) तक्ते - तक्ते हे एक माहितीचे पान आहे. ग्रंथालयात हे तक्ते संग्रही ठेवण्यात येतात.

२) नकाशे - ग्रंथालयात वेगवेगळ्या प्रकारचे नकाशे असतात. यात तालुक्याचा, जिल्ह्याचा, राज्याचा, देशाचा, विदेशाचा नकाशा यांचा समावेश

असतो. भिंतीवर टांगून नकाशे ग्रंथालयात लटकवलेले असतात. नकाशात राजकीय सरहद्द दाखविणारे चित्रे, यात रेल्वेमार्ग, विमानमार्ग, समुद्र वाहतूक, नद्या, वाळवंट, इत्यादी माहिती असते.

३) किट्स - किटस म्हणजे एखाद्या फायलीत अथवा बॅगमध्ये पेपर, वही, पेज इत्यादी साहित्य ठेवण्यात येते. किटसचा उपयोग शैक्षणिक साहित्यात प्रामुख्याने होतो. अधिवेशनात कृतीसह अशा कार्यक्रमात प्रतिनिधींना किटस् देण्यात येते. मात्र वरील साहित्यापैकी छापील कागदाचा संच लेखन साहित्य इत्यादीची असते.

४) अहवाल - एखाद्या समितीचा अहवाल, शासकीय कामकाजाची संगतवार माहिती, एखाद्या संस्थेच्या कामकाजाचे वर्णन, चौकशी, गुप्त अहवाल, वेतनश्रेणीसाठी अहवाल, सुधारणा करण्यासाठी समित्यामार्फत अहवाल तयार करण्यात येतो.

५) स्पेसिफिकेशन्स - मशीनच्या लहान भागाचा आकार दाखविणारे ड्रॉईंग सूचिबद्ध माहितीचे वर्णन करण्यासाठीच याचा फायदा होतो; त्याचप्रमाणे तालिकीकरण इत्यादी

६) पेटंट - एखाद्या तांत्रिक नमुन्याचे व एखाद्या गोष्टीच्या संशोधन संबंधीत मुद्देसूद टाचणास पेटंट म्हणतात. एखाद्या संशोधकास व्यक्तीस देशात मालकी हक्क प्राप्त होतात. तांत्रिक माहितीपासून शेतीविषयक उत्पादनापर्यंत राष्ट्रीय, आंतरराष्ट्रीय स्तरावर पेटंट दिली जातात.

७) मानके - प्रत्येक राज्यात अथवा देशात वस्तूंच्या निर्मितीसाठी मानके बनविली जातात. मानके करण्याचा हेतू सुरक्षित निर्मितीचा दर्जा असतो.

८) प्रबंध - उच्च शिक्षणामध्ये संशोधनात्मक प्रबंध विद्यापीठ अथवा संशोधन संस्थेस सादर केला जातो. असे प्रबंध विषयातील तज्ज्ञांकडून होतात.

९) रि-प्रिंट- प्राध्यापक, संशोधक तसेच विद्यार्थी राष्ट्रीय किंवा आंतरराष्ट्रीय वर्षाच्या शास्त्रीय भौतिक किंवा वाचनीय साहित्यातून संशोधनपर लेख प्रसिद्ध करतात. असे लेख अलग करून वितरीत केले जातात यालाच रि-प्रिंट म्हणतात.

१०) समितीचे अहवाल - दरवर्षी प्रसिद्ध होणारे वार्षिक अहवाल, चौकशी अहवाल, तांत्रिक अहवाल. काही वेळा टप्प्याटप्प्याने माहिती समितीकडून दिली जाते. संमेलने परिषदामध्ये अनेक वेळा अशा अहवालाचा संदर्भ येतो.

इतर मुद्रित ग्रंथेतर साहित्य :

वर सांगितलेल्या ग्रंथेतर साहित्याचे आणखी वेगळे प्रकार आहेत. यात

दुर्मीळ छापील ग्रंथ, पत्रे, डायऱ्या, जुन्या पोथ्या, वर्तमानपत्राची कात्रणे, रिपोर्ट इत्यादी.

ग्रंथेतर साहित्याची (मुद्रित) सार्वजनिक शैक्षणिक ग्रंथालयातील गरज समाजातील सर्व प्रकारच्या वाचकांना ग्रंथालयातील इतर साहित्य सार्वजनिक ग्रंथालयात महत्त्वाचे असते. या ग्रंथालयात बाल, युवक, प्रौढ, वृद्ध, स्त्रिया, पुरुष असे सर्व प्रकारचे वाचक असतात. या ग्रंथालयात खालील साहित्य असावे. वर्तमानपत्रे, कात्रणे, नकाशे व जुन्या छापील पोथ्या, दुर्मीळ छापील ग्रंथ, पत्रके, भाषणाच्या मुद्रित प्रती, चित्रे, खेळणी, हस्तलिखिते इत्यादी.

त्याचप्रमाणे शैक्षणिक ग्रंथालयात वेगवेगळ्या शैक्षणिक कार्यक्रमाच्या दृष्टिकोनातून काम करताना विद्यार्थी, शिक्षक, प्राध्यापक व संशोधक यांना नकाशे, तक्ते, कात्रणे, दृकश्राव्य, अहवाल, प्रबंध भाषणाच्या पुस्तिका, रि-प्रिंट, दुर्मीळ ग्रंथ इत्यादीची आवश्यकता असते.

साहित्य निर्मितीच्या नवनवीन माध्यमांचा उदय व समाजाकडून त्याची मान्यता या गोष्टीचा प्रभाव वैयक्तिक संग्रहालय ग्रंथेतर साहित्य निर्मिती कारणीभूत ठरते व ग्रंथालयात ग्रंथेतर साहित्यास महत्त्वाचे स्थान प्राप्त होते.

१. ग्रंथेतर अमुद्रित साहित्य :

मुद्रण कलेचा शोध साधारणपणे १४५४ च्या दरम्यान लागला. १८४० च्या आसपास फोटोग्राफीचा शोध लागला, त्यानंतर ध्वनिमुद्रणाचा शोध लागून उपलब्ध झाला.

१९५४ नंतरचा काळ हा संगणक तंत्रज्ञानाचा शोधाचा काळ होय. या काळात संगणक तंत्रज्ञानाचा शोध लागला. वरील साधनसामग्रीत लेझर डिस्क यांची भर विसाव्या शतकाच्या उत्तरार्धात पडली.

१) मायाक्रोग्राफी :

मायक्रोग्राफी म्हणजे मजकूर, चित्रे तसेच रकाने, युक्ती, माहिती फोटोग्राफिक फिल्मवर संक्षिप्तरीत्या साठवणे होय. परंतु मायक्रोफॉर्म साहित्य मोठ्या संख्येने उपलब्ध होऊ लागले आहे. ग्रंथालयात येणाऱ्या मायक्रोग्राफी किंवा मायक्रोफोन्स फिल्म या बहुतांशी कृष्णधवल असतात. मायक्रोफोन जसे १६ मिमी किंवा ३५ मिमी रुंदीच्या फिल्म असते. त्याचप्रमाणे १०५ मीमी आकाराच्या कार्डावरही उपलब्ध असतात त्यांना 'मायक्रोफिश' असे म्हणतात. प्रत्येक मायक्रोफिशचा आकार ४ बाय ६ इंच असतो व त्यात ६० किंवा ९८ पानाचा मिळून एक मायक्रोफिश असतो. अल्ट्रफिशमध्ये ३००० पानाइतका मजकूर मावू शकतो. त्याचा आकार चार बाय सहा इंच असतो.

२) संगणक निगडित चुंबकीय साधने :

इन्फर्मेशन टेक्नॉलॉजीतील या एकत्रित टेक्नॉलॉजीत भाग घेणाऱ्या इतर टेक्नॉलॉजीत म्हणजे संगणक, टेलिकम्युनिकेशन, मायक्रोग्राफिक्स, मायक्रो इलेक्ट्रॉनिक्स तसेच लेझर टेक्नॉलॉजीच्या संबंधित जी जी ग्रंथेत्तर माध्यमे उपलब्ध झाली त्यामुळे संगणक माध्यमे, साधने, ऑडिओ डिस्क, टेप, व्हिडीओ टेप, ऑस्टिकल डिस्क, सीडी, व्हिडिओ टेक्स्ट, हार्डडिस्क इत्यादी होय.

३) श्राव्य ऑडिओ साधने :

१८८१ साली बार्लिनरने प्रथम स्पष्ट डिस्कवर ध्वनीच्या साठवणीचा शोध लावला व त्यानंतर विसाव्या शतकात ध्वनिमुद्रण साधने विकसित झाली. १९६० साली फिलिप्स कंपनीने कॅसेटस बनविल्या. याचा उपयोग ग्रंथालयात वाचकांना मोठ्या प्रमाणात होत आहे. या कॅसेटच्या माध्यमातून तज्ज्ञांची व्याख्याने, सुगम समूह भावगीते, राष्ट्रगीते व एखाद्या विषयावरील अध्यापकांचे लेक्चर इत्यादी वाचकांना, विद्यार्थ्यांना, नवसाक्षरांना याचा फार मोठा उपयोग हा ग्रंथालयात होतो.

यशवंतराव चव्हाण महाराष्ट्र मुक्त विद्यापीठाअंतर्गत अभ्यासक्रम असा कॅसेटच्या साहाय्याने तज्ज्ञ व्याख्यात्यांच्या व्याख्यानाचा अभ्यासासाठी मोठ्या प्रमाणात भर दिला जात आहे. त्यामुळे विद्यार्थ्यांना समजण्यास एखादा विषय सोपा झाला आहे.

४) दृक्-श्राव्य साधने :

१८७३ च्या महत्त्वाच्या संशोधनाचा परिणाम म्हणून फोटो इलेक्ट्रीकचा शोध लागला. उदा. ॲम्प्लीफायर इ. होय. बीबीसीची पहिली दूरचित्रवाणी सेवा १९३६ साली दूर झाली. रंगीत दूरचित्रवाणीचा शोध १९४० मध्ये तर रंगीत चित्रवाणीचे प्रसाण १९६७ साली झाले. कृष्णधवल स्वरूपात व्हिडिओ रेकॉर्डींग ९५१ मध्ये प्रसिद्ध झाले, तर रंगीत १९५७ साली, फिलीप्स कंपनीने प्रथम लेझर व्हिजन डिस्क १९७८ साली बनविली ती १९८२ पासून बाजारात आली. अशा दृकश्राव्याच्या माध्यमातून वाचकांना विविध शैक्षणिक कार्यक्रमातून माहिती मिळते. तसेच बातम्यांच्या ताज्या घडामोडीची जगातील, देशातील माहिती मिळते व जनरल नॉलेज वाढण्यात मदत होते. तसे शैक्षणिक कार्यक्रमात किंवा व्हिडीओ अंतर्गत प्रत्यक्ष शिक्षक कसा शिकवतो यावरून दुसऱ्या ठिकाणचे इतर विषयावरील अध्यापकांची शिकवणी पाहावयास व आकलन करण्यास मदत होते.

सध्या अमेरिकेत अशा शिक्षणावर भर देण्यात आला आहे.

अमुद्रित ग्रंथेतर साहित्याचे प्रकार :

१) मायक्रोफोन्स :

मायक्रोफोन्समध्ये मजकूर ग्राफिक्स फोटोग्राफीच्या साहाय्याने संक्षिप्त स्वरूपात परिवर्तन केले जाते. साध्या डोळ्यांनी ते वाचता येत नाही. यामध्ये पुस्तके, नियतकालिके, वर्तमानपत्रे, नकाशे, तक्ते यांचा समावेश होऊ शकतो. रील किंवा स्पष्ट रोल मायक्रोफोनमध्ये वेगवेगळ्या लांबीच्या व आकाराच्या फिल्म्स असतात. १६ मिमी व ३४ मिमी यातील असे प्रकार आहेत.

२) मायक्रोफिल्म :

मायक्रोफिल्मस स्वरूपातील तयार साहित्यही बहुधा १६ मिमी या आकारात विकले जाते. या एकाच आकारातील साहित्य मायक्रोफिल्म जास्तीत जास्त वापरात असल्याने फिल्म वाचवण्यासाठीची यंत्रसामग्रीसुद्धा विकसित झाली. मायक्रोफिल्म डार्करूममध्ये शक्य तो एकाच थंड तापमानात ठेवण्यात येते.

३) मायक्रोफिश :

सपाट स्वरूपातील मायक्रोफॉमचा हा एक प्रकार आहे. यात फिल्मचा सर्वसाधारण आकार १०५ बाय १४८ मिमी (४ बाय ६ इंच) आहे. अशा फिल्ममध्ये ६० ते ९८ पाने मजकूर बनविलेला असतो. मायक्रोफिशची सुलट व उलट बाजू समजते यात २०८ आणि २७० फ्रेम्स बनविलेल्या असतात.

४) मायक्रोओपेक :

फोटोग्राफीच्या साहाय्याने एखाद्या पानाची चित्राची प्रत काढता येते. मायक्रोकार्ड किंवा मायक्रोप्रिंट असे म्हणतात याचा अर्थ पारदर्शक असून त्यात प्रत कागदाच्या एका बाजूस असते. (१६ ते ३५ सीसी)

५) इलेक्ट्रॉनिक्स माध्यम :

माहिती साठविण्यासाठी व तिच्या दळणवळणासाठी इलेक्ट्रॉनिक माध्यमाचा वापर केला जातो. यात चुंबकीय माध्यमात मॅग्नेटिक टेप, हार्ड डिस्क, फ्लॉपी डिस्क यांचा वापर केला जातो.

६) ऑप्टिकल माध्यम :

चुंबकीय माध्यमास पर्यायी माध्यम म्हणून ऑप्टिकल माध्यमाकडे पाहिले जाते. तसेच हे सुरक्षित माध्यम आहे. यात डिजिटल ऑप्टिकल डिस्क, ऑडिओ कॉम्प डिस्क, सी. डी. रॅम मध्ये डेटा साठविण्याची क्षमता आहे.

ग्रंथेतर अनुमुद्रित साहित्य व त्याचे इतर प्रकार :

ग्रंथेतर मुद्रित साहित्य प्रकार ग्रंथालयाच्या ग्रंथेत्तर साहित्य संग्रहात पाहायला

मिळतात. त्यातील काही यंत्राच्या साहाय्याने वाचावे लागतात. इतर साध्या डोळ्यांनी पाहू शकता.

१) डिडिटाइस्ट मॅप किंवा नकाशे :

नकाशाचे संगणकीकरण झाल्यामुळे भूगोल या विषयाची माहिती आता चांगल्या प्रकारे माहिती घेता येते. जनगणनेची माहिती आता भौगोलिक पार्श्वभूमीवर पाहू शकतो. भौगोलिक संशोधन माहिती संबंधाचे डेटाबेस ग्रंथालयात उपलब्ध होत आहे.

२) स्लाइडस :

फोटोग्राफरच्या निगेटिव्हवरून ज्याप्रमाणे फोटोची प्रत काढता येते त्याचप्रमाणे स्लाईड भरपूर फिल्म बनवून दोन काचोऱ्यामध्ये ती पक्की बसविली जाते. संशोधकास याचा उपयोग होतो.

३) ग्लोब : भौगोलिक माहिती संदर्भात आणखी एक नेहमी वापरले जाणारे साधन म्हणजे पृथ्वीचा गोल किंवा ग्लोब, पृथ्वीचा प्रत्यक्ष प्रतिकृती तिची फिरण्याची पद्धत कोन व पृथ्वीच्या पृष्ठभागावरील भौगोलिक माहिती सूक्ष्मपणे पृथ्वीगोलाच्या साहाय्याने दाखविली जाते. त्यामुळे सदरील माहिती उपलब्ध होते. ग्लोब हे विविध आकारात वेगवेगळ्या भाषात असतात. ग्रंथालयात हे एक उपयुक्त साधन म्हणून वापरले जाते.

४) जुनी हस्तलिखिते, पोथ्या, डायऱ्या व पत्रे :

संशोधनाच्या कामामध्ये विशेषत: ऐतिहासिक संशोधनात हस्तलिखिते, पोथ्या, डायऱ्या तसेच पत्रे यांचा खूप उपयोग होतो. साहित्य जेवढे जुने तेवढी जास्त संशोधकास माहिती मिळते.

भारतात पहिला कागद १०८९ मध्ये काश्मिरमध्ये तयार झाला. तर जगात चीनमध्ये पहिला कागद इ. स. १०५ मध्ये तयार झाला. भारतात ताडपत्र, लेदर, चर्मपत्र, भूर्जपत्र मोठ्या प्रमाणात सध्या उपलब्ध आहेत. हँडमेट कागद १०८९ मध्ये तयार झाला. परंतु ज्ञानेश्वरीस ५०३ वर्ष झाली आहेत. ती आता कोल्हापूरच्या पुराणशास्त्रातील ग्रंथालयात पाहावयास मिळते.

चर्मपत्रे हे कापडावरचे लिखाण. ही कला प्राचीन असून शृंगेरच्या मठात ४०० वर्षांपूर्वीचे अनेक ग्रंथ. ४०० वर्षांपूर्वीचा चार फूट रुंद व २० फूट लांबीचा आहे. भारतातील पहिला दस्तखाना १८९१ मध्ये मद्रास, मुंबई, कलकत्ता या शहरात कार्य झाला होता.

पुणे येथील डेक्कन कॉलेज संशोधन संस्थेत १७५० ते १८५० काळातील

दुर्मीळ हस्तलिखित ग्रंथ आहेत. महाराष्ट्रात जवळपास ३९ हजार रुमाले उपलब्ध असलेल्या पुण्याचाच पेशव्याचा दस्तखाना होय. एका पुडक्यात २० ते ३५ कागद असतात. एका रुमालात १० ते १२ असतात. ३ कोटी ९० लाख कागद पुणे येथील पेशवे दस्तरखाना शाहू खानात उपलब्ध आहेत.

नागपूर रेकॉर्ड कार्यालय १८६२ मध्ये सुरू झाले असून सातारा म्यूझियम ग्रंथालयात औंड येथे चांगल्या प्रकारे दुर्मीळ हस्तलिखिते आहेत. यात सोन्याच्या ७०० वर्षापूर्वीची लिबिटी लेखातील सोन्याच्या शाईचा ग्रंथ आहे. मुंबई दस्तरखाना १६३० पासूनचा आहे. टाऊन हॉल मुंबई येथे पहावयास मिळेल. शाहू संशोधन केंद्र कोल्हापूर येथे १७१६ पासून १९५० पर्यंतची दुर्मीळ ५० हजार ग्रंथ उपलब्ध आहेत. २२ घराण्यांतील हस्तलिखिते चौदाव्या शतकापासून उपलब्ध आहेत.

यात बौद्धिक, इतिहास, नाटक, ज्योतिषशास्त्र, व्याकरण, न्याय, हस्तलिखिते आहेत. ६५०० हस्तलिखितामध्ये ३५० आयुर्वेदावर उपलब्ध आहेत. वरील दुर्मीळ ग्रंथाचा संशोधकास उपयोग होतो.

मुद्रणकलेतील नवीन तंत्रामुळे ग्रंथामध्ये चित्रे वगैरेचा समावेश होऊ लागला. ग्रंथाच्या एकंदरच आकृतिबंधामध्ये ग्रंथलिपी, ग्रंथ वेष्टन यामध्ये सुधारणा दिसू लागली. त्यामुळे ग्रंथ निर्मिती, प्रकाशन निर्मिती यामध्ये संख्यात्मक वाढ होऊ लागली. ग्रंथ हे ज्ञानाचे व शिक्षणाचे साधन आहे. असे त्याचे महत्त्व पटू लागल्यावर ग्रंथसंग्रह जोपासण्याचा कल दिसू लागला. जगातील प्रख्यात ग्रंथालये यातून निर्माण झालेली दिसतात, कारण यातून समाजाचाही फायदा झालेला आहे.

○ ○ ○

८. ग्रंथालयाचा सामाजिक विकास

ग्रंथालयाचा सामाजिक विकास म्हणजे काय?

मानवाच्या मनात आमूलाग्र बदल हे ग्रंथच घडवून आणतात, कारण ग्रंथांतून मिळणारे ज्ञान हाच संस्कृतीचा खरा प्राण असतो. सुसंस्कृत मानव घडविण्याचे कार्य ग्रंथालये करतात. ग्रंथाच्या कार्याच्या प्रचारामुळे समाजाचा विकास होतो. ग्रंथालय या संस्थेमुळे या लिखित ज्ञानाचा प्रत्येक माणसाला वैयक्तिकरीत्या आणि समाजाला सामूहिकरीत्या फायदा मिळत असतो. ज्ञानाच्या प्रसाराच्या या प्रक्रियेत ग्रंथालय हेच प्रभावी माध्यम आहे आणि या माध्यमाचे हेच महत्त्व समाजाला ज्ञात होणे म्हणजे ग्रंथालय आणि सामाजिक विकास अथवा जाणीव होय.

ग्रंथालयाची भूमिका :

समाज विकासाकडे वाटचाल करीत असतात. केवळ अन्न, वस्त्र व निवारा एवढ्याच गरजेपुरत्या त्याच्या जाणिवा सीमित राहिल्या नाहीत, तर एक प्रकारची ज्ञान संपादन करण्याची स्पर्धा लागली आहे. ज्ञानलालसा ही आधुनिक मानवाची नित्याची गरज आहे. या प्रचंड ज्ञानलालसेचा परिपाक म्हणून ज्ञानसंवर्धनाची असंख्य साधने समाजात निर्माण झाली आहेत. समाजाच्या या संपन्न ज्ञानार्जनाच्या मार्गावर ग्रंथालये ही पथदर्शकांचे महत्त्वपूर्ण काम करीत आहेत.

सभोवतालच्या समाजात त्याच्या जाणिवा जागृत होऊन सांस्कृतिक गतिविधी वाढविण्यात महत्त्वाच्या वाटा आहे.

ग्रंथालये आणि समाज :

समाज हा ग्रंथालयापासून अलिप्त राहू शकत नाही, कारण तो प्रगतीचा, सक्रिय गतिशीलतेचा द्योतक आहे. आधुनिक समाज हा बौद्धिक जाणिवांनी भारावून गेला आहे. प्रचंड ज्ञानलालसेने आमच्या सामाजिक जाणिवेची भूक

वाढली आहे. याची माहिती ज्ञानसंवर्धनाची असंख्य साधने समाजात निर्माण झाली आहेत. त्यातच ग्रंथालय हे एक अत्यंत महत्त्वाचे केंद्र आहे. ग्रंथालयामुळे मानवाचा सामाजिक, सांस्कृतिक व शैक्षणिक विकास होत असतो. ज्ञान हे उपयोगासाठीच आहे. प्रत्येक ज्ञानाचा उपयोग झाला पाहिजे. प्रत्येक व्यक्तीला ज्ञान मिळाले पाहिजे. प्रत्येकाचा वेळ वाचला पाहिजे. ज्ञानसंस्था सतत वाढत जाणारी आहे. म्हणून प्रत्येक ज्ञान मिळविणाऱ्या वाचकाला योग्य ज्ञानाचा उपयोग घेता आला पाहिजे. वाचकाच्या आवश्यकतेनुसार, आवडीनुसार जागरूकता वाचकांच्या सवयी व समाजाची ग्रंथालयाविषयी असलेली जाणीव माहीत करून घेणे आवश्यक असते.

ग्रंथालयाची सामाजिक उद्दिष्टे :

१) ग्रंथालये आणि संबंधित ग्रंथाचे व्यवस्थित संकलन, रक्षण आणि प्रशासन करून निर्देशन आणि प्रेरणेद्वारे एक सुशिक्षित नागरिक तयार होऊन त्याचे वैयक्तिक तसेच सामाजिक जीवन समृद्ध होईल.

२) समाजात विश्वास निर्माण करून त्यांना योग्य ती सेवा प्रदान करणे.

३) बाल, युवक, युवती, प्रौढ या घटकांना नेहमी वाचनासाठी प्रोत्साहित करणे.

सामाजिक विकासासाठी ग्रंथालयाची भूमिका :

१) वृत्तपत्रातून लेखन : दैनंदिन जीवनात आज तरी वर्तमानपत्राची महत्त्वाची भूमिका आहे. नवीन ज्ञान, ताज्या घडामोडिंची, वैचारिक स्पर्धासाठींची अद्ययावत माहिती परिपूर्ण स्वस्त दरात दैनिकातून मिळते. निरनिराळ्या विषयांवरील शासनाच्या योजना; शेतमजूर, शेतकरी, ज्ञान, तंत्रज्ञान व माहितीची सामाजिक जाणीव निर्माण करण्यात निश्चितच मदत होते. ग्रंथालयाविषयी माहिती लेख इ. समाजातील सर्व घटकापर्यंत पोहोचवण्याचे कार्य ग्रंथालये करतात. समाजाला ग्रंथालयाचा उपयोग घेण्यासाठी वेळोवेळी वर्तमानपत्रातून लेख लिहून जागृती निर्माण करावी लागते. वर्तमानपत्रे ही समाजातील प्रत्येक वर्गापर्यंत पोहचवण्याचे साधन आहे. यातून ग्रंथालयाविषयीची आवड निर्माण करता येते. अग्रलेखातून अद्ययावत संबंधित विषयाची माहिती होते.

२) रेडिओ, टीव्ही, इंटरनेट, भाषणाद्वारे वाचकांशी संपर्क करता येतो.

३) परिसंवाद, कार्यशाळा, समूहचर्चा व प्रदर्शन यातून विचारांची ज्ञानाचे आदानप्रदान व जनजागृती करता येते.

४) वाचनीय साहित्याची यादी संक्षिप्त माहिती प्रसिद्ध करता येते.

५) वाचकवर्गाचा मेळावा घेणे व ग्रंथालयाविषयी आवड निर्माण करणे.

६) सामान्यज्ञान स्पर्धा, ग्रंथ परीक्षण स्पर्धा, ग्रंथ वाचक स्पर्धा, स्मरणशक्ती स्पर्धा, निबंध लेखन स्पर्धा, ग्रंथालय सप्ताह साजरा करणे, ग्रंथप्रदर्शन भरविणे इ.च्या माध्यमातून ग्रंथालयाची सामाजिक शैक्षणिक व सांस्कृतिक उद्दिष्टे पूर्ण करता येतात.

सामाजिक सांस्कृतिक व शैक्षणिक विकासची ते समाजाचा पर्यायाने वाचकाचा विकास हा ग्रंथालयाच्या विविध कार्यक्रमांच्या माध्यमांतून होत असतो. ते खालीलप्रमाणे आहेत :

जनतेशी व जनसंपर्क माध्यमांशी वारंवार संपर्क साधण्यासाठी ग्रंथालयाच्या कर्मचाऱ्यास स्वातंत्र्य हवे व त्यासाठी अंदाजपत्रकात खर्चाची तरतूद हवी. ग्रंथखरेदी, वाचनीय साहित्य खरेदी करणे, कार्यक्रम आयोजित करण्यासाठी ग्रंथपालास स्वातंत्र्य हवे.

प्रत्येक ग्रंथालयास एक सांस्कृतिक परिपूर्ण सभागृह असावे. ज्यामध्ये विविध विषयांवरील व्याख्याने, विस्तारित व्याख्यानमाला ठेवली जावीत.

राज्य, राष्ट्रीय व आंतरराष्ट्रीय पातळीवर होणाऱ्या चर्चा, परिसंवाद सेमिनार कार्यशाळांसाठी उपस्थित राहण्यासाठी आर्थिक सहकार्य उपलब्ध असावे. जनसंपर्क माध्यमांनी ग्रंथालयाबाबत उदासीन न राहता नवनव्या उपक्रमांना भरपूर प्रसिद्धी द्यावी. त्यामुळे सामाजिक जाणीव होण्यास मदत होते.

ग्रंथालयात सामाजिक, शैक्षणिक व सांस्कृतिक जाणीव निर्माण होण्यास शिक्षणपद्धतीमधील बदल; प्रशिक्षित ग्रंथपाल व कर्मचारीवर्ग, भरपूर अनुदान, विविध प्रकारची अद्यावत उपक्रम साधने, संगणक माहिती सेवा या गोष्टी ग्रंथालय सेवेत अंतर्भूत हव्यात. तसेच ग्रंथालयांनी वेळोवेळी विविध उपक्रम राबवून वाचकांना ग्रंथालयाकडे वेधून गेले पाहिजे. आधुनिक माध्यमांच्या तंत्राचा कौशल्याने उपयोग करून ग्रंथालयाविषयी सामाजिक जाणीव सहज निर्माण होईल व ग्रंथालयाकडे वाचक वळविण्यास मदत होईल.

O   O   O

संदर्भ ग्रंथसूची

१) **संदर्भ ग्रंथालयाविषयीची सामाजिक जाणीव**
   संपादक : बाहेती, एस. आर.
   महा. रा. महा. ग्रंथालय महासंघ अधिवेशन

२) **वीर, डी. के.**
   ग्रंथालय संघटन,
   मराठवाडा विभाग ग्रंथालय संघ, औरंगाबाद

३) **देशपांडे, ए. व्ही. अनु. (१९९५)**
   ग्रंथालयाचे प्रकार व त्याचे कार्य
   म. च. मु. वि. नाशिक

४) **महाजन, स. वा.**
   ग्रंथालय संघटन

५) **महाराष्ट्र ग्रंथालय संचालनालय (१९९९)**
   सार्वजनिक ग्रंथालय विकास योजना, मुंबई

६) **राजा राममोहन रॉय लायब्ररी फाऊंडेशन, कलकत्ता (१९९७)**

७) **पवार, वीर सार्वजनिक ग्रंथालय**

८) **कांबळे, नागेश**
   सार्वजनिक ग्रंथालय
   य. च. म. मु. वि. नाशिक

९) **फडके, द. ना.**
   ग्रंथेतर साहित्याचे व्यवस्थापन भाग १ व २
   य. च. म. मु. वि. नाशिक
   राष्ट्रीय ग्रंथालय कलकत्ता : कार्यालयीन दस्तऐवज
   संपा. जोशी, तेरणीकर, बोर्जेस, राऊत डायमंड सामाजिक ज्ञानकोश
   खंड २, डायमंड पब्लिकेशन, पुणे (२००७)
   Veer D. L.– Library Movement in Maharashtra : Yesterday,
   Today & Tomorrow, Pune 2007

संपूर्ण नाव - डॉ. रामेश्वर सूर्यभानजी पवार

जन्मतारीख - ०२-०३-१९६५

शिक्षण - एम. कॉम., एम. लिब.,
एम. फिल., पीएच. डी.

प्रकाशने

* राज्य व देश पातळीवरील नियतकालिकांमधून संशोधनपर ५६ लेख प्रकाशित.
* ग्रंथालय शास्त्रावरील पाच पुस्तके प्रकाशित.
* संपादित ग्रंथ संख्या पाच.

शैक्षणिक अनुभव

* ग्रंथालयशास्त्राच्या पदवी व पदव्युत्तर वर्गांना शिकविण्याचा अनुभव
* ग्रंथालयशास्त्र प्रमाणपत्र परीक्षा प्रशिक्षणार्थींस शिकविण्याचा अनुभव.
* एच. एस. सी. बोर्ड, यशवंतराव चव्हाण महाराष्ट्र मुक्त विद्यापीठ, ग्रंथालयशास्त्र प्रमाणपत्र परीक्षा, स्वामी रामानंद तीर्थ मराठवाडा विद्यापीठ इत्यादींच्या परीक्षेचे कार्य, पर्यवेक्षक इत्यादी कार्य.

सदस्य (मानद)

* विद्यापरिषद, स्वा. रा. ती. मराठवाडा विद्यापीठ, नांदेड (२००८ ते २०११)
* स्थायी समिती, स्वा. रा. ती. मराठवाडा विद्यापीठ, नांदेड (२००८ ते २०११)
* ग्रंथालयशास्त्र व माहितीशास्त्र अभ्यासमंडळ, स्वा. रा. ती. मराठवाडा विद्यापीठ, नांदेड (२००२ ते २००६)
* महाराष्ट्र शासनाच्या ग्रंथनिवड समितीचे सदस्य
(२००३ ते २००५-०६) (२०१०-२०११ ते १९.१०.२०१४)

* सदस्य, सामाजिकशास्त्रे, विद्याशाखा, स्वा. रा. ती. मराठवाडा विद्यापीठ, नांदेड (२००२-२००६)
* पिरॲाडिकल इन्साक्लोपीडिया, संदर्भग्रंथसूची.

नामांकन

* स्वा. रा. ती. मराठवाडा विद्यापीठ, नांदेड परिक्षेत्रातील महाविद्यालयांना संलग्नीकरण देण्यासाठी नियुक्ती समितीचे अध्यक्ष व सदस्य.
* स्वा. रा. ती. मराठवाडा विद्यापीठ, नांदेड परिक्षेत्रातील महाविद्यालयांच्या ग्रंथपाल व ग्रंथालयशास्त्राच्या प्राध्यापकांच्या निवड समितीचे सदस्य व अध्यक्ष आणि विषयतज्ज्ञ म्हणून कार्य.

पुरस्कार

* महाराष्ट्र शासनाचा डॉ. एस. आर. रंगनाथन
  'ग्रंथमित्र' पुरस्कार - २००५
* मुंबई मराठी ग्रंथसंग्रहालयाचा
  'कुसुम गाडगीळ' पुरस्कार - २००५.

ग्रंथालय व माहितीशास्त्र विषयाच्या सेमिनार अधिवेशनाचे संयोजक

* राष्ट्रीय सेमिनारचे संयोजक तसेच संशोधित संपादित लेखाचे प्रमुख संपादक
* राज्यस्तरीय दोन सेमिनारचे आयोजक (महाविद्यालयीन ग्रंथालयांचे)
* विभागस्तरीय दोन सार्वजनिक ग्रंथालयाच्या अधिवेशनाचे संयोजक
* जिल्हास्तरीय जिल्हा सार्वजनिक ग्रंथालयाच्या वार्षिक अधिवेशनाचे संयोजक एकूण दहा